CÁC BÀI
TIỂU LUẬN VỀ
PHẬT GIÁO
CỦA
TRẦN TRỌNG KIM

CÁC BÀI TIỂU LUẬN VỀ
PHẬT GIÁO
của Lệ Thần TRẦN TRỌNG KIM

NGUYỄN MINH TIẾN
sưu tập và chú giải

Bản quyền thuộc về soạn giả và Nhà xuất bản Liên Phật Hội (United Buddhist Publisher).

Copyright © 2016 by Nguyen Minh Tien
ISBN-13: 978-1545476017
ISBN-10: 1545476012

© All rights reserved. No part of this book may be reproduced by any means without prior written permission from the publisher.

NGUYỄN MINH TIẾN
sưu tập và chú giải

CÁC BÀI TIỂU LUẬN VỀ
PHẬT GIÁO
CỦA
Lệ Thần
TRẦN TRỌNG KIM

NHÀ XUẤT BẢN LIÊN PHẬT HỘI

Lời mở đầu

Nho giáo, Đạo giáo và Phật giáo là ba cái nguồn gốc văn hóa của dân tộc Việt nam ta từ xưa. Nho giáo dạy ta biết cách xử kỷ tiếp vật, khiến ta biết đường ăn ở cho phải đạo làm người. Đạo giáo lấy đạo làm chủ tể cả vũ trụ và dạy ta nên lấy thanh tĩnh vô vi nơi yên lặng. Phật giáo dạy ta biết cuộc đời là khổ não, đưa ta đi vào con đường giải thoát, ra ngoài cuộc ảo hóa điên đảo mà vào chỗ *Niết-bàn* yên vui.[1]

Ba học thuyết ấy thành ra ba tôn giáo, người ta thường gọi là Tam giáo, đều có ảnh hưởng rất sâu về đường tin tưởng và sự hành vi trong cuộc sinh hoạt của ta ngày xưa. Đến nay cuộc đời thay đổi, người ta theo khuynh hướng vật chất, coi rẻ những điều đạo lý nhân nghĩa. Đó cũng là sự dời đổi biến hóa trong cuộc đời.

Đời là biến hóa không có gì là thường định. Mỗi một cuộc biến hóa lại giống một mắt xích trong cái dây xích, rồi cái nọ tiếp giáp cái kia, thành cái dây dài không biết đâu là cùng tận. Sự biến hóa tuần hoàn ấy, kể thực ra không có gì là chuẩn đích nhất định, chẳng qua là nó theo thời mà luân chuyển. Cái trước ta cho là tốt, thì bây giờ ta cho là xấu; cái bây giờ ta cho là hay, sau này người ta lại cho là dở. Dở

---

[1] Tức là Bốn chân đế hay Tứ diệu đế.

dở, hay hay vô thường vô định, thành ra như cái trò quỉ thuật làm cho người ta mê hoặc.

Các bậc thánh hiền đời trước, biết rõ những điều ấy, muốn tìm ra một con đường mà đi trong đám tối tăm mờ mịt, nên mới lập ra học thuyết nọ, tôn giáo kia để đưa người ta đi cho khỏi mắc phải chông gai nguy hiểm. Nho giáo, Đạo giáo và Phật giáo đều có một quan niệm như thế cả. Song mỗi một học thuyết có một tôn chỉ và một phương pháp riêng để học đạo tu thân, cho nên cách luận lý, cách lập giáo và sự hành đạo có nhiều chỗ khác nhau.

Bàn về căn nguyên của vũ trụ, thì học thuyết nào trong tam giáo cũng lấy cái lý tuyệt đối làm căn bản, cho vạn vật sinh hóa đều gốc ở cái *một*. Gọi cái *một* là thái cực, là đạo, là chân như hay là thái hư,[1] danh hiệu tuy khác, nhưng vẫn là một lý. Chia ra thì thành trăm đường nghìn lối, mà thu lại chỉ có *một*. Đó là cái ý của Khổng Tử nói ở thiên Hệ từ trong Kinh Dịch rằng: *"Thiên hạ đồng quy nhi thù đồ, nhất trí nhi bách lự."*[2]

Cái *một* ấy mới thật là cái có tuyệt đối thường định tự tại. Còn vạn vật là sự biến hóa của cái *một* ấy, thì chỉ là những cái có tỷ lệ tương đối, tức là những ảo tưởng vô thường mà thôi.

*

---

[1] Sunyatā

[2] Thiên hạ tuy có nhiều đường khác nhau, nhưng cùng về một chỗ; trăm lo, nhưng về một mối.

Lời mở đầu

Vạn vật đã là ảo tưởng, thì cuộc đời có khác chi những trò tuồng ở trên sân khấu, bày ra đủ mọi trò rồi lại biến mất. Cho nên về đường triệt để, thì Nho, Đạo và Phật đối với cuộc đời đều có cái tư tưởng như thế cả. Song Nho giáo thì cho rằng dù thế nào cũng là bởi cái lý tự nhiên, mà đã sinh ra làm người để diễn các trò tuồng, thì ta hãy cứ đóng các vai trò cho khéo, cho giỏi, khỏi phụ cái tiếng ra đóng trò. Đạo giáo thì cho rằng đã là trò tuồng, ta nên tìm chỗ yên lặng để ngồi mà xem, tội gì ra nhảy múa cho nhọc mệt. Phật giáo thì cho rằng các trò tuồng là nguồn gốc sự đau buồn khổ não, lăn lộn vào đó làm gì cho thêm buồn thêm khổ, chi bằng tìm lối ra ngoài những cuộc múa rối ấy, đến nơi yên vui thảnh thơi, khỏi phải ở những chỗ ô trọc xấu xa.

Cái tỷ dụ giản dị ấy có thể biểu lộ được cái thái độ và cái nền tư tưởng của Nho giáo, Đạo giáo và Phật giáo. Nho giáo thì khuynh hướng về đạo xử thế, Đạo giáo và Phật giáo thì khuynh hướng về đạo xuất thế. Song Đạo giáo vẫn ở trong sự biến hóa càn khôn, mà Phật giáo thì ra hẳn ngoài càn khôn.

Đó là nói cái đại thể, chứ tựu trung ba học thuyết ấy, học thuyết nào cũng có chỗ nhập thế gian và xuất thế gian. Ngay cái học thiết thực như Nho giáo mà cũng có người như Nguyên Hiến chịu an bần lạc đạo,[1] không thèm ganh đua danh lợi ở đời; mà trong những người tin theo Đạo giáo hay Phật giáo, thường cũng thấy có người cúc cung tận tụy với việc đời để

---

[1] An bần lạc đạo: Sống yên trong cảnh nghèo mà vui mối đạo.

cứu nhân độ thế. Vậy thì Tam giáo tuy có khác nhau ở chỗ lập giáo và hành đạo, nhưng lên đến chỗ cùng tột tuyệt đối thì cùng gặp nhau ở chỗ lý tưởng, cho nên vẫn dung nạp được nhau. Đó là cái đặc sắc của các tôn giáo ở Á Đông.

Nhân khi hội Phật giáo ở Bắc Việt thành lập, tôi có đọc mấy bài diễn văn nói về Phật giáo. Sau vì loạn lạc, sách vở bị đốt cháy, tôi về Sài Gòn nhặt được ba bài, xếp thành một tập, mong có ngày in ra được để tín đồ nhà Phật có thể xem mà suy xét thêm về cái đạo rất mầu nhiệm ở trong thế gian này.

TRẦN TRỌNG KIM

Phật giáo đối với cuộc nhân sinh

Nam mô *A-di-đà* Phật,

Thưa các cụ và các bà,

Thưa các ngài,

Từ khi hội Phật giáo thành lập đến giờ, các sư cụ trong ban đạo sư đã thuyết pháp và giảng kinh mấy lần rồi. Nay đến lượt chúng tôi được Hội cử ra nói chuyện hầu các cụ và các ngài, tôi xin nói câu chuyện: *Phật giáo đối với cuộc nhân sinh*.

Đem cái đạo lý của một tôn giáo rất rộng và rất khó như đạo Phật mà nói trong chốc lát, thì thật không phải việc dễ. Nhưng vì đây là ở trước Tam bảo, nhờ có cái đức từ bi vô lượng của Phật, thì dù tôi có vụng về hay sai lầm thế nào nữa, chắc các cụ và các ngài cũng thể lòng Phật mà dung thứ cho. Vậy nên tuy biết là khó mà không lo ngại lắm.

Trong câu chuyện tôi sẽ nói có bốn đoạn: Đoạn đầu nói qua các mục đích tại sao mà lập ra cái hội này, đoạn thứ hai nói lược qua lịch sử của Phật tổ, đoạn thứ ba nói mấy điều cốt yếu trong Phật pháp, đoạn sau cùng xét xem đạo Phật quan hệ đến cuộc nhân sinh là thế nào. Tôi sẽ xin cố sức nói vắn tắt và dễ hiểu, để khỏi phụ tấm lòng sốt sắng của các cụ và các ngài đã chịu khó đến nghe đông đúc như thế này. Tôi rất lấy làm hân hạnh và xin có lời thành thật cảm tạ các cụ và các ngài.

Chúng tôi sở dĩ lập ra hội Phật giáo này là vì mấy lẽ sau, tôi tưởng cũng nên nhắc lại để bà con trong hội hiểu rõ.

Người ta ở đời bao giờ cũng cần phải giữ thế nào cho phần tinh thần và phần vật chất điều hòa với nhau, thì sự sinh hoạt của ta mới được mỹ mãn, bởi vì phần tinh thần có mạnh mẽ, minh mẫn thì phần vật chất mới được khỏe khoắn, tốt tươi. Phần vật chất thuộc về hình thể quan hệ đến cái hình thức của mọi sự vật; phần tinh thần thì không có hình, phải nương tựa vào vật chất mà phát hiện ra. Song phải có tinh thần thì sự hành động của vật chất mới có nghĩa lý. Cũng vì thế, cho nên bất kỳ xã hội nào cũng có những tôn giáo hay là những tư tưởng cao siêu nào đó nó chủ trương sự sinh hoạt của loài người. Những tôn giáo và những tư tưởng ấy đều phải sở cứ ở một cái tôn chỉ nào có ý nghĩa cao minh và rõ ràng để người ta tin mà theo. Cái tôn chỉ ấy lại phải thích hợp với tính tình và trình độ nhiều người, thì cái lòng tin của người ta mới chắc chắn vững bền. Vậy trong các tôn chỉ dễ hiểu, dễ theo, thì không gì bằng tôn chỉ của các tôn giáo, người ta thường lấy để làm chỗ quy túc, nghĩa là chỗ kết thúc, chỗ nương tựa cuối cùng.

Nước Việt Nam ta có đạo Nho và đạo Phật là phổ thông hơn cả. Hai đạo ấy đều có tôn chỉ rất cao và lại có ý nghĩa rất hay về đường thực tiễn. Nhưng Nho thì lấy cái lẽ tự nhiên của tạo hóa làm gốc, lấy nhân, nghĩa, lễ, trí, tín làm chỗ quy túc, mà Phật thì lấy sự giải thoát ra ngoài tạo hóa làm mục đích, lấy

Niết-bàn tịch tĩnh làm chỗ quy túc. Bởi thế cho nên Nho thì chú trọng ở việc xử thế mà ít nói đến sự sống chết, Phật thì chú trọng ở việc xuất thế và hay nói về sự sống chết. Việc sống chết là một vấn đề tự cổ chí kim, tự đông chí tây. Biết bao nhiêu những bậc trí tuệ tài giỏi đã cố hết sức tìm tòi mà vẫn không giải quyết được, cho nên cái vấn đề ấy vẫn vơ vẩn ở trong lòng người ta. Thường thì những người có tri thức có thể tự lấy cái tư tưởng của mình mà an ủi, nhưng số đông người trong nhân chúng đều là không muốn có sự hoài nghi về điều đó, người ta chỉ cầu lấy có cái cơ sở nào có thể tin được để mà tin cho yên. Bởi vậy số nhiều người đều cần có tôn giáo.

Đạo Phật là một tôn giáo người mình xưa nay vẫn tin theo rất nhiều, là bởi đạo ấy có cái hình thức dễ khiến người ta tin được. Còn về đạo lý của nhà Phật, thì có nhiều ý nghĩa sâu xa. Hiện những nhà học thức trong thiên hạ cũng đã kê cứu tường tận và đều nhận là một đạo rất cao, rất hay. Vậy một tôn giáo có phần rất cao thâm, rất phổ thông mà lại thấm thía vào tủy não người mình đã bao nhiêu đời nay, người trong nước hầu khắp từ Nam chí Bắc, ai ai cũng tín ngưỡng và sùng bái, thì tất là có ảnh hưởng đến sự làm ăn hằng ngày của ta. Một cái đạo có thế lực về đường tinh thần sâu xa như thế, thì sao ta không cố gắng làm cho nó sáng rõ ra, khiến những tín đồ biết rõ cái đạo của mình tin và biết cách ăn ở cho phải đạo, để bớt được những sự khổ não trong đời. Chẳng hơn là cứ bo bo ở chỗ vật chất nông nổi, hẹp hòi, biến đổi vô thường, nay thế này, mai thế khác, làm cho người ta bơ vơ không biết bấu víu vào đâu, tựa như chiếc thuyền lênh đênh giữa dòng, không biết đâu là bờ là bến hay sao?

Bởi những lẽ ấy cho nên chúng tôi rủ nhau lập nên hội Phật giáo, chủ ý là muốn làm cho sáng cái đạo đã mờ, muốn trau chuốt cho bóng bẩy hơn trước và lại thích hợp với sự nhu yếu của người đời.

Cứ thật tình, thì ngày nay nói đến đạo Phật, phần nhiều người vẫn tưởng là, theo đạo Phật chỉ cần ngày rằm, ngày mồng một đến chùa lễ Phật mà thôi, ngoài ra không mấy người hiểu đến cội nguồn đạo Phật là thế nào, không biết đạo lý sâu nông ra sao, thậm chí có kẻ ngày ngày miệng niệm Phật, tay lần tràng hạt, mà bao nhiêu sự hành động đều trái hẳn với đạo Phật. Đó chẳng qua là cái tập tục của người mình, chỉ theo thói thường mà làm, chứ không hay để ý suy nghĩ đến nghĩa lý của những việc mình làm. Ấy cũng là một điều ta nên lưu tâm để tìm cách mà sửa đổi lại.

Ta vẫn nghe nói Phật và biết Phật là từ bi bác ái, cứu nhân độ thế, mà thường chưa dễ mấy người đã hiểu nghĩa chữ Phật là thế nào. Chữ Phật là do tiếng Phạn[1] gọi là *Bouddha*. Đến khi đạo Phật truyền sang Tàu, người Tàu mới theo âm mà dịch ra là *Phù-đồ* hay là *Phật-đà*.[2] Sau, tiếng *Phật-đà* được dùng phổ

---

[1] Sanskrit, thứ tiếng dùng ở Ấn Độ từ thời đức Phật. Còn một loại tiếng Phạn nữa gọi là tiếng Pali

[2] Cũng từ chữ này, khi trực tiếp truyền sang nước ta vào khoảng thế kỷ thứ nhất, được dân gian đọc là Bụt-đà, sau đó nói tắt lại là Bụt.

thông hơn, và lại theo tiếng độc âm của Tàu, gọi tắt là Phật.

Chữ *Phật-đà* dịch theo nghĩa chữ Nho là "giác giả". Giác giả là người biết rõ đến tận nguồn gốc các sự vật ở trong vũ trụ. Vậy Phật là đấng thánh nhân biết rõ hết thảy các lẽ của tạo hóa và có thể chỉ bảo cho ta giải thoát được khỏi luân hồi sanh tử.

Đức Phật sáng lập ra đạo Phật là đức Phật *Thích-ca Mâu-ni*. Ngài thuở chưa xuất gia, tên húy là *Tất-đạt-đa*[1] họ là *Cồ-đàm*[2] con vua *Tịnh-phạn*[3] là một xứ ở phía Bắc đất Ấn Độ[4] bây giờ. Cứ theo những sách của nhà Phật, thì ngài đã tu đến mấy vạn kiếp rồi mới lên đến bậc *Bồ-tát* ở trên tầng trời *Đâu-suất*, cai quản các vị thần thánh ở đó. Ngài chờ đến ngày giáng sinh tu một kiếp nữa là thành Phật. Bởi vì cứ theo cái tư tưởng của đạo Phật, thì ở trên trời có nhiều tầng, mà các vị thần thánh ở trên vẫn còn ở trong vòng tạo hóa, chỉ có Phật mới ra ngoài càn khôn và thoát khỏi luân hồi.

Ngày mồng tám tháng tư là ngày Phật *Thích-ca* giáng sinh, tức là vào đời vua Linh vương nhà Chu bên Tàu, vào khoảng hơn 500 năm trước Tây lịch,[5] cũng gần như đồng thời với Lão tử và Khổng tử. Khi

---

[1] Tiếng Phạn là Siddharta.

[2] Tiếng Phạn là Gautama.

[3] Tiếng Phạn là Suddhodana.

[4] Thật ra thì vùng này ngày nay thuộc nước Nepal.

[5] Theo sự thống nhất của Phật giáo thế giới thì năm Phật đản sanh là năm 563 trước Công nguyên.

ngài mới sinh ra thì có ông tiên đến xem tướng,[1] nói ngài có 32 tướng lạ. Nếu ngày sau ngài không xuất gia đi tu đạo, thì ngài sẽ làm vua cả thiên hạ; nếu ngài đi tu, thì thành chánh quả. Ngài sinh được 7 ngày thì bà mẹ mất,[2] bà dì nuôi. Ngài lớn lên đến 10 tuổi, thông minh lạ thường và có sức khỏe tuyệt luân. Vua *Tịnh-phạn* lập ngài lên làm thái tử và vẫn lo ngài xuất gia đi tu, cho nên vua đặt ra các thứ vui chơi để ngài không nghĩ đến việc đi tu đạo, và cấm không cho ai được để ngài trông thấy điều gì buồn khổ. Năm ngài 17 tuổi thì lấy vợ, về sau lại có con.

Nhưng cái tiền duyên đã định, nhà vua dù muốn giữ gìn thế nào cũng không được, tự nhiên có những cơ hội như giục ngài phải đi tu đạo để thành Phật. Như khi ngài mới 10 tuổi, một hôm theo phụ vương đi xem dân làm ruộng,[3] ngài thấy người cày ruộng tay lấm chân bùn, mình mẩy nắng cháy nám đen, mồ hôi tuôn chảy nhọc mệt vô cùng; con trâu con bò thì phải kéo cày rất khổ sở, mũi bị dây xỏ, mình bị roi đánh; chỗ đất cày lên, thì bao nhiêu sâu bọ phơi bày ra, chim chóc trên trời bay xuống tranh nhau mổ nuốt. Ngài thấy cái cảnh khổ của chúng sinh như thế, lấy làm thương xót lắm, bèn bảo những người theo hầu lui ra để ngài ngồi một mình ở gốc cây mà suy nghĩ.

---

[1] Vị tiên nhân này tên là A-tư-đà.

[2] Tức hoàng hậu Ma-da.

[3] Đó là dịp tổ chức lễ Hạ điền vào đầu vụ mùa, vua đến tham dự để cày đường cày đầu tiên dưới ruộng.

Đến năm ngài 19 tuổi, một hôm ngài đi xe ra ngoài thành về phía cửa đông, thấy một người đầu bạc lưng còm, chống gậy đi ra vẻ nhọc mệt. Ngài hỏi các quan đi theo hầu rằng: "Người ấy là người thế nào?" Các quan thưa là người già. "Thế nào là già?" Thưa rằng: "Người ấy xưa kia đã từng qua thơ dại, sau thành đồng tử, thành thiếu niên, rồi cứ biến đổi mãi, dần dần đến khi hình biến sắc suy, ăn uống không tiêu, khí lực kém hèn, đứng ngồi rất là khổ sở, sống chẳng được bao lâu, cho nên gọi là già." Lại hỏi: "Có một người ấy như thế, hay là hết thảy ai cũng thế?" Thưa rằng: "Làm người ai cũng thế cả." Ngài nghe lời ấy, trong lòng khổ não, tự nghĩ rằng: "Năm qua tháng lại, cái già đến nhanh như chớp. Ta dù phú quý cũng không khỏi được." Bản tính ngài đã không thích cảnh thế tục, nay lại trông thấy sự khổ của loài người, càng thêm buồn bã, bảo quay xe về cung, nghĩ ngợi không vui.

Cách ít lâu ngài đi xe ra chơi ngoài cửa nam, thấy một người có bệnh, bụng beo vàng vọt, đứng ngồi không được, phải có người dìu dắt. Ngài hỏi, thì các quan hầu lại kể cái khổ về bệnh tật của loài người. Ngài lại buồn bã mà trở về.

Được mấy hôm, ngài đi xe ra chơi ngoài cửa tây, thấy cái xác người chết, có bốn người khiêng, theo sau là những người bù đầu xõa tóc, kêu gào khóc lóc. Ngài hỏi, thì các quan hầu lại kể cái khổ về sự chết. Ngài lại buồn bã mà trở về.

Lần sau cùng ngài đi ra ngoài cửa bắc, gặp một

người tu hành, tóc râu cạo sạch, mặc áo nhà tu, cầm bát, tay cầm gậy xích trượng, dáng bộ nghiêm trang, ngài đến gần hỏi là ai. Người ấy đáp rằng: "Ta là *tỳ-kheo.*" Hỏi: "Thế nào gọi là *tỳ-kheo?*" Đáp: "*Tỳ-kheo* là người lìa bỏ cảnh sống thế tục, sống cuộc sống không nhà cầu tìm đạo giải thoát." Ngài nghe nói cái công đức của người tu hành như thế, liền nói to lên rằng: "Hay thay, hay thay! Ta quyết theo cuộc sống như thế." Lần ấy ngài vui vẻ mà trở về, và quyết chí xuất gia tìm đạo.

Ấy là trời khiến ngài trông thấy những cảnh khổ là cảnh già, cảnh bệnh tật và cảnh chết, và lại cho ngài trông thấy cảnh tu hành để giải thoát hết thảy những cái khổ ở đời. Nửa đêm ngày mồng bảy, sáng mồng tám tháng hai, trong khi mọi người ngủ yên cả, ngài sai tên hầu ngựa đóng ngựa cho ngài đi ra phía bắc. Khi ngài ra khỏi cửa thành, ngài phát thệ rằng: "Nếu ta không dứt hết được sự ưu bi, khổ não về sự sinh, lão, bệnh, tử, không được *A-nậu-đa-la Tam-miệu Tam-Bồ-đề*,[1] thì ta không về qua cửa này nữa."

Thái tử *Tất-đạt-đa* bỏ nhà, bỏ nước đi tu, đi về phía núi Tuyết sơn, cắt tóc đổi áo, cho tên hầu ngựa về tạ lỗi với phụ vương, rồi một mình vào rừng đi tìm những bậc tiên để hỏi đạo. Vua *Tịnh-phạn* khi biết thái tử đã xuất gia rồi, sai các quan đại thần đi khuyên ngài về, ngài lập chí nhất quyết không về.

Ngài đi khắp các nơi, học hết các ngoại đạo, nhưng

---
[1] Tiếng Phạn, Hán dịch là Vô thượng Chánh đẳng Chánh giác.

không có đạo nào giải thoát được sự khổ. Sau ngài cùng với bọn *Kiều-trần-như* năm người, vào rừng tĩnh tọa mà suy nghĩ để quan sát cái căn nguyên sự khổ của chúng sanh. Ngài tu theo lối khổ hạnh ở chỗ ấy sáu năm, ăn mỗi ngày mấy hạt vừng và mấy hạt gạo, về sau thân thể gầy còm, rất là nhọc mệt. Ngài tự nghĩ rằng: "Ta tu khổ hạnh như thế này mà không thấy đạo, thì cách tu của ta vẫn chưa phải, chi bằng ta phải theo trung đạo, nghĩa là theo con đường giữa, không say mê việc đời và cũng không khắc khổ hạ thân, cứ ăn uống như thường, rồi mới thành Phật được." Ngài nghĩ thế rồi xuống sông tắm rửa, lại nhân có người đàn bà đi chăn bò đem sữa dâng cho ngài. Ngài dùng sữa rồi, thấy trong người khoan khoái, tỉnh táo lắm. Bọn *Kiều-trần-như* thấy ngài bỏ khổ hạnh, tưởng ngài đã thoái chí, đều bỏ ngài mà đi tu chỗ khác.

Ngài một mình đi đến chỗ cây *Bồ-đề*, lấy cỏ làm chiếu mà ngồi, định bụng: không làm chánh quả, thì không đứng dậy. Ngài ngồi dưới gốc cây *Bồ-đề* 48 ngày, suy nghĩ về cái khổ của chúng sanh. Đến đêm ngày mồng tám tháng mười hai, thì ngài hoát nhiên ngộ đạo, thành tối chánh giác, tức là thành Phật. Bây giờ ngài vừa 35 tuổi và lấy hiệu là Phật *Thích-ca Mâu-ni*. Trong các kinh sách thường gọi là đức Thế Tôn hay đức Như Lai.

Ta cũng nên tìm hiểu nghĩa hai chữ *ngộ đạo*. Chữ ngộ dùng về đường tu luyện hay học vấn, là trước hết cần phải đem hết cả tinh thần chú ý vào một điều gì rất lâu ngày, rồi có một lúc bất thình lình ở trong trí não tự nhiên sáng bừng lên, thấy rõ hết các lẽ thật mà xưa nay mình nghĩ ngợi hay là tìm kiếm không thấy. Lúc đức Phật *Thích-ca Mâu-ni* ngộ đạo, chính là lúc ngài thấy rõ Tứ thánh đế[1] và Thập nhị nhân duyên, ấy là được *A-nậu-đa-la Tam-miệu Tam-Bồ-đề* vậy.

Ngài thành đạo rồi, còn ngồi ở gốc cây bảy ngày nữa, tự nghĩ rằng: "Ta ở chỗ này thấy rõ hết thảy, không sót gì cả, thế là bản nguyện viên mãn rồi. Nhưng pháp của ta rất sâu, khó hiểu, chỉ có Phật với Phật mới hiểu được rõ. Còn như chúng sanh vì tham dục, sân nhuế, ngu si và tà kiến che lấp, thì sao hiểu được pháp của ta? Nếu ta chuyển pháp luân,[2] thì e rằng chúng sinh lại mê hoặc, đã không tin theo, lại phỉ báng, sa vào ác đạo, phải chịu mọi điều đau khổ. Chi bằng cứ im lặng mà vào *Niết-bàn*."

Lúc ấy Đại *Phạm-thiên*[3] và *Đế-thích*[4] ở trên trời thấy ngài đã thành chánh quả, mà cứ ngồi yên không chuyển pháp luân, trong lòng lo buồn, liền xuống bạch Phật rằng: "Thế Tôn ngày xưa vì chúng sanh ở chỗ sanh tử, bỏ đi tu hành, chịu mọi điều khổ để rộng tu đức bản, đến nay thành được vô thượng đạo, sao ngài lại không đi thuyết pháp? Chúng sanh cực khổ ở chỗ tối tăm, đắm đuối trong vòng sanh tử, vậy xin Thế Tôn vì chúng sanh mà lấy sức đại từ

---

[1] Tức là Tứ diệu đế, bốn chân lý không gì thay đổi được. Đó là các chân lý về Khổ, Tập, Diệt, Đạo.

[2] Tức là bắt đầu đi thuyết giảng giáo pháp.

[3] Tiếng Phạn là Brahm

[4] Tiếng Phạn là Indra.

tại¹ chuyển diệu pháp luân."² *Đế-thích* cũng kêu nài, Phật mới thuận đi thuyết pháp.

Song ngài còn nghĩ nên đi thuyết pháp ở đâu trước. Ngài nghĩ đến bọn *Kiều-trần-như* năm người trước đã theo ngài tu luyện rất cần khổ, ngài bèn đi đến độ cho bọn ấy. Nhưng năm người ấy thấy ngài đến, bảo nhau rằng: "Người kia trước đã bỏ khổ hạnh, chịu cái vui thích của sự ăn uống, chắc là không có tâm cầu đạo. Nay lại đến đây, chúng ta đừng đứng dậy làm lễ nghênh tiếp." Năm người ấy bảo nhau như thế, rồi cứ ngồi yên, nhưng khi Phật đến nơi, năm người trông thấy Phật, thần thái trang nghiêm, bất giác đều đứng cả dậy làm lễ chào mừng.

Phật đem Tứ thánh đế mà thuyết pháp cho bọn *Kiều-trần-như* nghe. Đế, nghĩa là lời dạy chân thật, chân lý. Tứ thánh đế là bốn lời dạy chân thực và thiêng liêng. Đại lược ngài nói rằng: Khổ³ phải nên biết, Tập⁴ phải nên dứt, Diệt⁵ phải nên chứng, Đạo⁶

---

[1] Sức đại tự tại: sức mạnh không có sự ngăn ngại, có thể làm hết thảy mọi việc theo ý muốn.

[2] Chuyển diệu pháp luân: Thuyết giảng giáo pháp rất vi diệu.

[3] Mọi sự khổ ở đời phải biết nhìn nhận đúng thật, như sanh, già bệnh, chết, mong cầu không được như ý, xa lìa người yêu dấu, gần gũi người oán hận... đều là những việc khổ, mà người đời không chịu nhận ra, vẫn mãi chạy theo những niềm vui tạm bợ để quên đi.

[4] Tập: Những nguyên nhân gây ra, dẫn đến khổ đau.

[5] Nguyên nhân gây khổ có thể trừ bỏ, nên khổ có thể được dứt trừ.

[6] Những phương cách để dứt trừ nguyên nhân gây đau khổ chính là Đạo, phải tu tập để thoát khổ.

phải nên tu. Hễ đã biết được khổ, đã đoạn được tập, đã chứng được diệt, đã tu được đạo, thì được *Tam-miệu Tam-Bồ-đề*.[1] Biết khổ, đoạn tập, chứng diệt, tu đạo là bốn thánh đế. Hễ ai không biết bốn diệu pháp ấy thì không sao giải thoát được. Bởi vì bốn thánh đế ấy là thật, là chân: Khổ là thật có khổ, tập là thật có tập, diệt là thật có diệt, đạo là thật có đạo.

Bọn *Kiều-trần-như* nghe lời thuyết pháp ấy đều xa bỏ trần cấu, được Pháp nhãn tịnh,[2] bèn quy y Phật Pháp mà tu đạo, cắt tóc, mặc áo cà sa, thành năm vị *sa-môn* đầu tiên. Từ đó ở thế gian có đủ Tam bảo: Phật là Phật bảo, Tứ thánh đế pháp luân là pháp bảo, năm người *sa-môn* đầu tiên ấy là Tăng bảo.

Phật cùng năm người *sa-môn* đi thuyết pháp các nơi lấy đạo từ bi mà độ chúng sanh. Tín đồ càng ngày càng nhiều, tăng hội mỗi ngày một thêm. Phật đặt ra quy tắc, chuẩn định mọi việc. Lúc ấy lại có các vua chúa cùng các nhà quý quyền ngoại hộ, cho nên đạo Phật truyền bá rất nhanh chóng và rộng khắp.

Phật không phân đẳng cấp gì cả, bất cứ sang hèn, nghèo giàu, ai có lòng mộ đạo là Phật độ hết. Trong những tín đồ của Phật có chia ra làm hai hạng. Một hạng gọi là *tỳ-kheo*[3] là những người đàn ông xuất gia tu hành và *tỳ-kheo* ni là những người đàn bà

---

[1] Tức là quả Phật.

[2] Pháp nhãn tịnh: Mắt pháp trong sạch, người được pháp này nhìn nhận các pháp đúng theo bản chất thật của chúng, không bị sai lệch.

[3] Tiếng Phạn là Bhikshu.

xuất gia tu hành. *Tỳ-kheo* và *tỳ-kheo* ni lập thành ra các tăng hội. Mỗi tăng hội có nhà tinh xá để tăng hoặc ni ở mà tu hành học đạo. Một hạng là những người đã nghe Phật thuyết pháp nhưng không xuất gia tu hành, vẫn ở đời mà có lòng mộ đạo. Hạng này đàn ông gọi là *ưu-bà-tắc*,[1] đàn bà gọi là *ưu-bà-di*.[2]

Phật đi thuyết pháp khắp nơi, khi thì ở thành *Xá-vệ*,[3] khi thì ở thành *Vương-xá*,[4] khi thì ở *Ba-la-nại*,[5] Ngài thành đạo được sáu năm thì về *Ca-tỳ-la*[6] là quê nhà để độ cho phụ vương *Tịnh-phạn* và các thân thuộc. Về sau thì ngài hay đi lại ở thành *Xá-vệ*, ở Trúc Viên[7] tinh xá và ở núi Linh Thứu.[8] Lệ cứ đến mùa hè là mùa nhiều mưa thì ở yên một chỗ,[9] qua sang mùa nắng ráo thì lại đi thuyết pháp trong vùng trung lưu sông Hằng.[10] Ngài đi thuyết pháp như thế trong 45 năm. Đến năm ngài đã ngoài 80 tuổi, ngài đi đến chỗ có hai cây *sa-la*, gần thành *Câu-thi-na*,[11] ở lại đó rồi diệt độ, nhập *Niết-bàn*. Phật nhập *Niết-bàn* nhưng Tam bảo vẫn còn ở đời để độ chúng sanh.

---

[1] Tiếng Phạn là Upasaka, tức là các vị nam cư sĩ.

[2] Tiếng Phạn là Upasaki, tức là các vị nữ cư sĩ.

[3] Tiếng Phạn là Savasthi.

[4] Tiếng Phạn là Radja-griha

[5] Tiếng Phạn là Béneres.

[6] Tiếng Phạn là Kapilavastu.

[7] Tiếng Phạn là Vénouvana.

[8] Tiếng Phạn là Gridhrakouta.

[9] Tức là lệ An cư, mỗi năm 3 tháng.

[10] Tiếng Phạn là Gange.

[11] Tiếng Phạn là Koucinagara.

Các đệ tử của Phật đi khắp mọi nơi để truyền bá đạo Phật, dần dần đạo ấy lan rộng ra khắp các nước ở Á Đông.

Về sau đạo Phật chia ra nhiều tông phái, nhưng gồm chung thì có hai tông lớn là Phật giáo Tiểu thừa[1] và Phật giáo Đại thừa.[2]

Thừa nghĩa là cỗ xe chở người, ý nói xe chở người ra khỏi luân hồi. Tiểu thừa là cỗ xe nhỏ, lấy nghĩa: ai tu đạo thì tự độ lấy mình, và tu bậc Thanh văn, Duyên giác rồi đến bậc *La-hán* là cùng. Đại thừa là cỗ xe lớn, lấy nghĩa: người tu đạo không những là để độ mình mà còn độ muôn chúng, và tu đến bậc *Bồ-tát*,[3] Phật. Trong phái đại thừa có các vị *Bồ-tát* tu luyện để tự giác giác tha, nghĩa là làm cho mình sáng suốt để làm sáng suốt cho người. Cho nên các vị *Bồ-tát* đều phát tâm *Bồ-đề* để tế độ chúng sanh.

Đó là nói tóm tắt lịch sử của Phật tổ và hai tông phái lớn trong Phật giáo, để sau sẽ bàn cho tường tận. Còn như đạo lý của Phật giáo thì rộng lắm, không thể nói hết được. Đây ta chỉ nói về mấy điều căn bản của đạo Phật và xét xem những điều ấy đem ứng dụng ra ở đời thì ích lợi như thế nào.

Đạo Phật là đạo cho việc đời là khổ và chú trọng tìm lấy sự giải thoát khỏi cái khổ. Bởi vậy Phật xướng lên thuyết Tứ thánh đế và Thập nhị nhân duyên. Tứ

---

[1] Hinayana

[2] Mahayana.

[3] Bodhisattva.

thánh đế là Khổ thánh đế, Tập thánh đế, Diệt thánh đế và Đạo thánh đế. Khổ là sự hiển nhiên ai cũng biết là có. Tập là lấy thập nhị nhân duyên mà tìm cái căn do bởi đâu mà kết tập thành khổ. Diệt là theo lần Thập nhị nhân duyên mà dứt từ ngọn cho đến cội rễ cái khổ. Đạo là những con đường ta phải đi để giải thoát được cái khổ. Ấy là những điều rất trọng yếu trong đạo Phật. Vậy ta thử xét xem thế nào là khổ, tập, diệt, đạo.

A. Khổ: Khổ là sinh ra là khổ, có bệnh tật là khổ, già yếu là khổ, chết là khổ, không ưa mà hợp là khổ, ưa mà phải xa lài là khổ, muốn mà không được là khổ, mất cái vinh lạc là khổ. Cái khổ ở đời thật là rõ rệt lắm, không ai nói được là không khổ.

B. Tập: Tập là tụ họp lại và kết tập mà thành ra. Vậy do những cái gì tụ họp lại mà thành ra khổ? Đức Thế Tôn lấy Thập nhị nhân duyên mà giải cái nghĩa chữ tập. Ngài cho là khổ gốc ở vô minh. Vô minh là cái mơ màng, mờ tối, nó che lấp cái sáng tỏ bản nhiên. Từ vô minh đến già, chết, tất cả có mười hai đoạn. Đoạn nọ do cái duyên mà làm quả cho đoạn kia, rồi quả lại do cái duyên mà làm nhân cho đoạn sau, cho nên gọi là nhân duyên. Nhân là mầm, duyên là dây. Bởi mười hai nhân duyên ấy mà chúng sanh cứ sinh sinh hóa hóa mãi, sinh ra rồi lại chết đi, chết đi rồi lại sinh ra, hết kiếp này đến kiếp này đến kiếp khác, giống như nước bể, vì gió, vì cái sức khác mà thành sóng. Sóng nhô lên rồi lại lặn xuống, lặn xuống rồi lại nhô lên, không bao giờ nghỉ.

Mười hai cái nhân duyên ấy là: vô minh, hành, thức, danh sắc, lục xứ, xúc, thụ, ái, thủ, hữu, sinh, lão tử.

1. Vô minh là mông muội mờ tối từ lúc vô thỉ. Do vô minh mà có hành. Ấy là vô minh làm nhân cho hành.

2. Hành là tưởng nghĩ mà hành động tạo tác, thì thành ra cái nghiệp, tức là cái nếp, cái tập khí. Bởi cái nghiệp mà hành động tạo tác mãi. Do hành mà có thức. Ấy là hành làm quả cho vô minh và lại làm nhân cho thức.

3. Thức là ý thức, là biết, biết ta là ta, biết ta là một vật hành động tạo tác được. Do thức mà có danh sắc. Ấy là thức làm quả cho hành và lại làm nhân cho danh sắc.

4. Danh sắc là tên và hình. Ta đã biết ta là riêng một vật, thì phải có tên có hình của ta. Do danh sắc mà có lục xứ. Ấy là danh sắc làm quả cho thức và lại làm nhân cho lục xứ.

5. Lục xứ hay lục nhập là sáu chỗ, tức là sáu giác quan. Ta thường chỉ nói có ngũ quan là: tai, mắt, mũi, lưỡi, thân mà thôi. Đạo Phật nói thêm một giác quan nữa là ý, tức là sự suy nghĩ của mình. Đã có tên, có hình là có lục xứ để giao tiếp với những ngoại vật. Do lục xứ mà có xúc. Ấy là lục xứ làm quả cho danh sắc và lại làm nhân cho xúc.

6. Xúc là xúc tiếp. Bởi có lục xứ là tai, mắt... thì ta xúc tiếp với những thanh âm, hình sắc... của ngoại

vật. Do xúc mà có thụ. Ấy là xúc làm quả cho lục xứ và lại làm nhân cho thụ.

7. Thụ là chịu, là lĩnh nạp cái ảnh hưởng, cái thế lực, hoặc cái thanh âm, hình sắc của ngoại vật vào mình. Do thụ mà có ái. Ấy là thụ làm quả cho xúc và lại làm nhân cho ái.

8. Ái là khát vọng yêu thích, mong muốn, tức là lòng tư dục. Do ái mà có thủ. Ấy là ái làm quả cho thụ và lại làm nhân cho thủ.

9. Thủ là lấy, vớ lấy, quyến luyến lấy những sự nó làm cho ta sống. Dẫu ta biết sống là khổ, nhưng vẫn không bỏ những cái ta muốn lấy để sống, cứ theo đuổi để lấy cho được. Do thủ mà có hữu. Ấy là thủ làm quả cho ái và lại làm nhân cho hữu.

10. Hữu là có, có ta, có sống ở trong thế gian. Bởi ta ham muốn những cái nó làm cho ta sống, cho ta thích, như là: ngũ uẩn, sắc, thụ, tưởng, hành, thức. Vì có ngũ uẩn ấy cho nên ta mới có trần dục, nó gây thành cái lậu nghiệp. Do hữu mà có sinh. Ấy là hữu làm quả cho thủ và lại làm nhân cho sinh.

11. Sinh là sinh ra ở thế gian, làm thần thánh ở trên trời, làm người, làm quỷ, làm súc sinh. Do sinh mà có lão tử. Ấy là sinh làm quả cho hữu và lại làm nhân cho lão tử.

12. Lão tử là già và chết. Đã sinh ra là phải già và chết. Nhưng sinh với tử là hai thể như sáng với tối, sấp với ngửa vậy. Sống với chết cứ luân chuyển thay đổi nhau. *Chết là thể phách, còn là tinh anh.*

Cái tinh anh lìa bỏ cái xác đã chết, nhưng vẫn lẩn quẩn ở trong vô minh, cho nên lại mang cái nghiệp mà lưu chuyển chìm nổi ở trong tam giới và lục đạo, tức là cứ luân hồi ở trong thế gian. Bởi vì đạo Phật gọi thế gian là gọi gồm cả tam giới và lục đạo. Tam giới là Dục giới, Sắc giới và Vô sắc giới; lục đạo là cõi trời, nhân gian, *a-tu-la*, súc sinh, ngạ quỷ và địa ngục. Hễ còn luân hồi là còn cái khổ.

Vậy tập hợp cả mười hai nhân duyên lại, kết thành cái dây trói buộc người ta ở trong bể khổ, cho nên gọi là tập.

C. Diệt: Diệt là dứt bỏ đi. Ta đã thấy rõ cái căn nguyên của sự khổ, thấy rõ cái nhân và cái quả của sự khổ, thì ta cứ lần lượt bỏ hết các nhân quả ấy. Vậy ta lại lấy thập nhị nhân duyên mà tính ngược lên từ số 12 lên đến số một. Ta muốn không có già có chết, thì ta phải dứt bỏ cái nhân nó làm cho ta sinh ra ở thế gian. Muốn không phải sinh ra ở thế gian, thì phải dứt bỏ cái nhân hữu, rồi đến cái nhân thủ, nhân ái v.v... Cứ thế mãi cho đến cái nhân hành. Dứt được cái nhân hành thì cái vô minh phải mất. Vô minh đã mất thì tựa như mặt trời sáng rõ ra, đánh tan cả sương mù, thì ta ra khỏi đám mờ tối nó làm cho ta lăn lộn ở chỗ khổ. Ta đã thấy rõ cái sáng, đã ra khỏi vô minh, thì ta đứng vào chỗ yên lặng vui vẻ, như đứng trên tòa sen ở Cực lạc, mà không phải luân hồi trong cuộc sinh tử nữa. Ấy là ta được giải thoát.

Vậy tính theo Tập đế, từ vô minh trở xuống đến

lão tử, thì thấy có cái khổ hiển nhiên, rất là chán nản. Nhưng tính theo diệt đế, từ lão tử lên đến vô minh, tức là dứt được cái căn nguyên của sự khổ, ra được ngoài luân hồi, thì thật là sung sướng. Bởi thế cho nên đạo Phật vốn gốc ở sự thấy rõ cái khổ, cho thế gian là bể khổ, ấy là cái quan niệm tưởng như rất bi quan, rất yếm thế. Đến khi tìm được cái đạo giải thoát, thì lại thành ra cái quan niệm rất lạc quan, rất vui về việc cứu đời. Cũng vì thế mà những bậc đã thành chánh quả bao giờ cũng có vẻ yên tĩnh, thanh thản lắm. Trông ngay các pho tượng, nét mặt thản nhiên không có vẻ gì lo sầu hết cả, thật là cái thái độ lạc quan lạ thường.

D. Đạo: Đạo là con đường phải theo để được giải thoát. Bởi vì có theo con đường ấy thì mới phá được cái khổ. Phật vẫn chủ lấy cái trí sáng tỏ mà phá sự hôn mê, nhưng một cái sáng tỏ không vẫn chưa đủ, cần phải có sự thực hành mạnh mẽ nữa, thì mới phá nổi những cái nguồn gốc của sự khổ. Sự thực hành ấy có tám con đường chánh gọi là bát chánh đạo, tức là tám con đường để tu cho thành chánh quả. Tám con đường ấy là:

1. Chánh kiến: Chánh kiến là thấy rõ, biết rõ chân lý, không để cái tà kiến che lấp sự sáng suốt của mình, khiến cho sự tin tưởng của mình không sai lầm.

2. Chánh tư duy: Chánh tư duy là lập chí theo chân lý mà suy nghĩ cho đến chỗ giác ngộ được đạo chánh.

3. Chánh ngữ: Chánh ngữ là nói những điều đúng chân lý, không nói những điều gian tà, giả dối.

4. Chánh nghiệp: Chánh nghiệp là làm những việc ngay chánh công bình, không làm những việc tàn bạo gian ác.

5. Chánh mạng: Chánh mạng là sống theo con đường công chánh, không tham lam lợi lộc mà bỏ những điều nhân nghĩa.

6. Chánh tinh tấn: Chánh tinh tấn là cố gắng học tập tu luyện cho tới đến đạo, giữ tâm trí cho ngay chánh sáng suốt, đừng để những điều tham, sân, si, và những tà kiến, vọng tưởng làm cho ta đi lầm đường lạc lối.

7. Chánh niệm: Chánh niệm là đem ý niệm của mình chú vào đạo lý chân chính, không tưởng nhớ đến những điều bạo ngược, gian ác.

8. Chánh định: Chánh định là định cái tâm trí của mình vào đạo lý chân chính, không để cái gì lay chuyển được. Tức là thu cái tâm trí vào đạo, không để tán loạn ra điều khác.

Vậy theo tám con đường chánh ấy, là mình tự trị lấy mình, tự giác ngộ lấy mình, để đưa mình đến *Niết-bàn*.

Đó là mấy điều rất trọng yếu trong đạo lý của Phật. Xét trong cái thuyết Thập nhị nhân duyên có hai cái nhân duyên rất hệ trọng là hành và ái, ta cần phải biết rõ, thì mới hiểu được sự báo ứng và cái luân lý của đạo Phật.

Hành, theo nghĩa tiếng Phạn "samskara" mà dịch ra. Tiếng ấy có nghĩa là hành động tạo tác hay là xếp đặt, sửa soạn, kết cấu. Hễ đã có sự hành động tạo tác tất là thành ra có cái nếp, cái vết; rồi cứ theo cái nếp, cái vết ấy mà sinh hóa mãi. Chữ hành của đạo Phật nói rộng ra là bao quát cả vạn vật trong vũ trụ. Nhưng đây hãy nói riêng về người cho dễ hiểu. Ta sống đời này đây, nhưng ta đã sống kiếp trước rồi. Do kiếp trước của ta mà ta có kiếp này. Bởi vì theo cái thuyết luân hồi, thì người ta sống hết kiếp này, lại sanh ra ở kiếp khác. Mỗi một kiếp của ta là đeo theo cái nghiệp ta đã gây ra khi ta sống ở kiếp trước. Bao nhiêu những sự hành động tạo tác của ta đều gây thành nghiệp.

Nghiệp có ba thứ: Thân nghiệp, tức là cái nghiệp do sự hành động của thân thể mà thành. Khẩu nghiệp, tức là cái nghiệp do lời nói mà thành. Ý nghiệp, tức là cái nghiệp do ý niệm tư tưởng mà thành. Cái mặc niệm của ta tuy chưa hiện ra việc làm, nhưng có thể gây thành nghiệp được. Bởi thế Phật nói: *"Nhất niệm khởi, thiện ác dĩ phân."*[1] Ta sinh ra kiếp này, ta mang theo cái nghiệp kiếp trước, để làm cho mòn hết cái nghiệp ấy. Song cái nghiệp ấy hết, thì cái nghiệp khác lại thành. Bởi vì có sống là có hành động tạo tác; có hành động tạo tác là lại gây ra cái nghiệp nó theo ta, để khiến ta đi vào con đường mà sự hành động tạo tác ấy đã đánh thành lối sẵn.

---

[1] Một niệm vừa khởi, thiện hay ác đã phân rõ rồi.

Cái nghiệp do hành mà thành ra đó, tiếng Phạn gọi là "karma", Hán dịch là lậu nghiệp, nghiệp báo hay là nghiệp, tiếng nôm ta gọi là nợ tiền kiếp. Cái nghiệp ấy là một cái công lệ chung của tạo hóa. Vạn vật không có vật nào tránh khỏi, dù là thần thánh cũng vậy. Chỉ có khi nào thành Phật rồi, đã phá được vô minh, thì cái nghiệp ấy không có mầm mà sinh nảy ra được nữa, là tự nó phải hết. Còn các vật ở trong vô minh, thì vật nào cũng có nghiệp. Người làm điều lành, điều phải thì có cái nghiệp tốt để báo ứng cho điều lành, điều phải; người làm điều ác, điều dở thì có cái nghiệp xấu để báo ứng cho điều ác, điều dở. Xấu hay tốt, dữ hay lành là tự mình làm ra, rồi tự mình được hưởng hay phải chịu lấy, chứ không có trời, thánh nào làm cho mình tránh được cái nghiệp của mình đã gây ra. Như thế, nghiệp là cái đạo báo ứng tự nhiên chí công. Bởi thế có câu rằng:

Đã mang lấy nghiệp vào thân,
Cũng đừng trách lẫn trời gần trời xa.[1]

Người nói câu ấy thật đã hiểu rõ đạo Phật lắm.

Ở đời, ta thấy có người rất tàn ác, mà lại được hưởng mọi điều phú quý, có người rất từ thiện mà phải chịu mọi điều cực khổ, đến nỗi rằng ta ngờ là không có trời Phật nào cả, hoặc là trời Phật rất không công. Là bởi ta không biết rằng họa hay phúc là tự ta gây ra; mà ta đã gây ra, thì ta được hưởng hay ta phải chịu. Người kia tàn ác mà hưởng phú

---
[1] Kiều (Nguyễn Du).

quý là kiếp trước đã gây được cái nghiệp tốt, bây giờ được hưởng cho hết cái nghiệp ấy. Việc tàn ác bây giờ thành ra cái nghiệp sau, thì rồi sau mới phải chịu. Người kia từ thiện mà phải cực khổ, là chính mình phải chịu cái nghiệp xấu của mình đã gây ra khi trước; còn việc làm từ thiện bây giờ lại gây ra cái nghiệp tốt, nhưng phải để cho hết cái nghiệp xấu trước đã, rồi mới được hưởng cái nghiệp tốt này.

Tôi tưởng người nào đã hiểu cái lẽ báo ứng ấy thì dẫu khổ sở thế nào cũng không nên chán nản, là vì ta phải trả cái nợ của ta đã mắc khi trước. Trong khi trả nợ ấy, ta chỉ phải lo làm thế nào cho kiếp sau được nhẹ nợ. Như thế là người ta sinh ra ở đời tuy phải chìm nổi ở trong bể khổ, nhưng vẫn có hoàn toàn tự do để gây lấy họa phúc cho mình.

Cái tự do ấy còn có cái nghĩa rộng hơn nữa là không những chỉ gây lấy họa phúc trong bể khổ mà thôi, còn có thể cho ta thoát khỏi ra ngoài bể khổ được. Nếu ta biết tu đạo để phá được vô minh che lấp, thì ta sẽ được thảnh thơi ở ngoài tạo hóa và tiêu dao ở nơi bất sinh bất diệt, tức là cõi *Niết-bàn* vậy.

Trong những cái vòng dây nó thắt chặt ta vào cái nghiệp, có cái vòng ái là thắt chặt hơn cả. Đây ta phải hiểu chữ ái cũng như chữ nghiệp có cái nghĩa khác với nghĩa chữ nghiệp và chữ ái dùng ở sách Nho. Ở trong sách nhà Phật, thì nghiệp là lậu nghiệp, nghiệp báo; còn ái là sự yêu thích mong muốn tài sắc danh lợi, tức là cái tư dục của người ta. Khi ta đã có lòng yêu thích mong muốn ấy, thì ta cố lăn lộn vào những chỗ để được thỏa cái ý muốn của ta. Ta đã lăn lộn vào chỗ ấy, tất là sự hành động của ta lại gây ra cái nghiệp tương đương nó trói buộc ta vào vòng sinh tử. Ta càng hành động theo cái tư dục bao nhiêu, cái nghiệp của ta lại nặng nề về đường tư dục bấy nhiêu. Bởi thế cho nên đạo Phật rất chú ý ở chỗ dứt ái. Đã dứt được ái, thì các khúc dây khác đều tự khắc lỏng ra, mà rồi đến cái hành cũng mất cái sức mạnh về đường gây ra nghiệp. Cái hành đã mất cái sức mạnh ấy, thì cái nghiệp cũng nhẹ dần. Vì rằng cái hành mà không theo tư dục, thì cái nghiệp dẫu có, cũng là nhẹ và tốt. Thành thử lâu dần ta phá được vô minh. Vô minh đã phá, thì cái sáng tỏ chân thật tự nhiên hiển hiện ra. Cái sáng tỏ chân thật ấy là cái đích lớn của đạo Phật. Có cái sáng tỏ ấy, thì rồi mới qua được bến mê, vượt được bể khổ.

Đạo lý của Phật giáo nói rộng ra về đường triết lý, còn có những thuyết như duy thức, chân như, thái hư, pháp thân v.v... nhưng thuyết nào cũng chú trọng ở sự cầu được giải thoát ra khỏi cái khổ. Cho nên cái phương pháp thực hành là cốt ở ngũ giới và lục độ, bao quát cả hai phương diện hướng nội và hướng ngoại. Hướng nội là chủ ở sự tự mình ngăn phòng những điều gian ác, thiệt hại cho mình và cho người khác; hướng ngoại là chủ ở sự thực hành, làm những điều từ thiện, ích lợi cho mình và cho người khác.

Làm những điều hướng nội thì có ngũ giới là năm điều răn:

1. Bất sát: Bất sát là không giết. Không giết là để cho mọi vật được sống trọn vẹn cái số kiếp của nó.

2. Bất đạo: Bất đạo là không trộm cướp tức là không làm điều phi nghĩa mà lấy của người khác.

3. Bất tà dâm: Bất tà dâm là không gian dâm, chỉ quan hệ một vợ một chồng. Không gian dâm thì sự giao thiệp ở đời không có những điều trắc trở để đến nỗi lắm khi gây ra những điều đắng cay chua xót.

4. Bất vọng ngữ: Bất vọng ngữ là không nói càn, tức là không nói dối, không bịa đặt ra điều nọ chuyện kia, không ăn không nói có, không vu oan giá họa cho ai.

5. Bất ẩm tửu: Bất ẩm tửu là không uống rượu. Không uống rượu, vì ai rượu chè say sưa thì loạn mất trí khôn, không giữ được cái tinh thần sáng suốt, thành ra lắm khi vì say sưa mà làm lắm sự tai vạ.

Năm điều răn ấy chỉ cốt để ngăn giữ cái ái, tức là cái tư dục của mình, để không xảy ra những việc có thể làm thiệt hại cho kẻ khác và có thể gây thành cái nghiệp xấu cho mình. Song năm điều ấy không vun đắp thành cái nền đức. Muốn cho cái nền đức của ta càng ngày càng dày thêm, thì ta phải thực hành những điều tích cực như lục độ, tức là sáu phép tu để chở ta ra khỏi bến mê.

1. Bố thí: Bố thí là đem công đem của mà cứu giúp người. Bố thí có hai thứ: một là tài thí là đem tiền của cơm gạo mà cứu giúp người ta cho đỡ đói

khổ. Sự bố thí ấy thì tùy sức mà làm, miễn là tự mình bỏ cái lòng tham lận mà làm cho người ta được vui vẻ. Hai là pháp thí là đem tài trí của mình mà khiến người ta làm điều lành, điều phải, hoặc lấy cái lòng thanh tĩnh ngay chính mà mở rộng con đường trí tuệ cho người ta. Người làm những việc pháp thí là vì lòng từ bi bác ái mà làm, chứ không có ý muốn khoe khoang, không cầu danh cầu lợi.

2. Trì giới: Là giữ vững điều răn để ngăn những điều ác, cốt nhất là ngăn những điều ác do ở thân, ở miệng và ở ý của mình mà ra.

3. Nhẫn nhục: Nhẫn nhục là để trị sự tức giận nóng nảy. Nhẫn nhục có hai thứ: một là sinh nhẫn là chịu nhẫn về sự sống ở đời, không có trễ nải lười biếng, không vì tức giận mà chửi mắng, đánh đập, hoặc là thù oán người ta. Hai là pháp nhẫn là khi mình phải chịu sự lo buồn trong tâm trong trí, mà mình cứ yên cứ nhẫn, không lấy điều ấy làm oán giận lo phiền.

4. Tinh tấn: Tinh tấn là sự nỗ lực, cố gắng hết sức mà làm điều lành điều phải. Tinh tấn cũng có hai thứ: một là thân tinh tấn, là thân mình chịu khó nhọc để chăm lo làm điều thiện. Hai là tâm tinh tấn, là cái lòng làm điều thiện lâu thế nào cũng không chán nản, khó thế nào cũng không thoái chí.

5. Thiền định: Thiền định nghĩa là tĩnh lự, tức là chuyên tâm nhiếp niệm, tập chú vào một điều gì, không tán loạn ra những điều khác.

6. *Bát-nhã*: *Bát-nhã* là do chữ Phạn Prajna, Hán dịch là trí tuệ, soi rõ hết thảy trong thế gian và thông đạt hết thảy các lẽ.

Những phép tu của đạo Phật thì rất nhiều, rất rộng, nhưng đại khái là cốt yếu ở ngũ giới và lục độ. Ngũ giới là bước đầu của những người xuất gia tu hành. Người đi tu là phải thọ giới. Ai không thọ giới không phải là người tu hành. Còn lục độ là phép tu của những bậc tu hành đã đắc đạo, nhất là những bậc *Bồ-tát* mà khi đã tu được hoàn toàn nhân lục độ, thì được quả *Niết-bàn*.

Đó là những khuôn phép của những người xuất gia tu hành. Tu như thế, mà còn phải bao nhiêu kiếp mới lên đến bậc *Bồ-tát*, huống chi người thường đã dễ đâu thành thánh, thành Phật ngay được. Song nếu đem những điều ấy ra ứng dụng ở đời, thì dẫu chưa dám mong được giải thoát ra ngoài luân hồi, nhưng ta cũng có thể gây thành được cái nghiệp tốt cho ta và làm cho người được đỡ bao nhiêu những sự khổ não. Vậy lấy một mặt nhân sinh mà suy, thì những điều ấy thật là một cái nền luân lý rất hay cho xã hội. Hãy xem như ngũ giới thì bất kỳ ở vào thời đại nào hay xã hội nào cũng phải có một cái luân lý, mà không có luân lý nào lại không cấm sự tàn ác, sự trộm cướp và sự gian dâm giả dối cùng sự say mê cuồng dại. Ấy là nói về đường tự tu tỉnh lấy; còn về cách giúp người, thì phép tu lục độ đã là đủ lắm. Thí dụ như bố thí, dù là tài thí hay là pháp thí, đều là những việc rất cần ở trong xã hội. Có tài thí thì mới có người bỏ tiền của ra mà làm việc phúc này, lập hội thiện kia; có pháp thí thì mới có những người đem cái học thức của mình mà truyền bá ra, để mọi người đều biết mà hưởng thụ những sự ích lợi. Nhẫn nhục hay là tinh tấn cũng vậy, nếu không có những đức ấy, thì bao nhiêu công việc khó khăn to lớn đều không sao làm được. Người nào đối với bên ngoài không có nhẫn nhục và đối với tự tâm không có tinh tấn, đều là người làm hỏng việc hết cả. Ấy là nói đại lược những cái đức tính của người thường cần phải có, thì mới thành người hay, người tốt. Còn như những người đã chân thật tu hành theo phép nhà Phật, tất phải là người có tính khí rất cương kiện và có tư cách rất đặc biệt thì mới có thể thấy được đạo.

Xem đạo lý và phương pháp thực hành của Phật giáo như đã bàn đó, thì đạo Phật trước sau cầu lấy cái biết mà phá cái mê. Về đường luân lý thực tiễn, thì lấy cái sức mạnh tự do của mình mà giải thoát lấy chính mình. Phật là bậc đại giác đã được cái sáng chân thật rồi, bảo đường chỉ nẻo cho chúng sanh để ra khỏi chỗ mù mịt tối tăm. Phật cứu độ chúng sanh là tựa như người khỏe mạnh thấy những kẻ già yếu ốm đau, đi một mình không được, thì dắt cho mà đi; hoặc như người chở chiếc thuyền thấy có đám người đang đắm đuối ở chỗ sóng gió, ghé thuyền lại cứu vớt để chở sang bến yên ổn. Song tự mình có muốn đi tới nơi, thì mình phải cố gắng mà đi, rồi người kia mới dắt được mình đi, hoặc tự mình có muốn đến chỗ yên ổn, thì mình phải cố sức bơi lên, rồi người kia mới vớt được mình lên thuyền.

Đạo Phật không phải là chỉ để ai có lễ bái cầu nguyện thì Phật mới độ, mà ai không lễ bái cầu nguyện thì Phật bỏ. Người lễ bái cầu nguyện suốt đời mà cứ theo tư dục làm điều tàn ác, thì dầu Phật là bậc có thần thông quảng đại, nhưng người ấy không biết tu tỉnh mà bỏ điều ác, làm điều lành, thì Phật cũng không sao cứu độ được.

Ta lễ bái cầu nguyện là để trong lòng được an ổn, tựa như người mắc nạn mà biết có người sắp đến cứu, thì cái sức mạnh của mình có thể tăng lên bội phần mà chống với nạn. Chứ nếu tự để mình chìm đắm đi mà lại mong Phật cứu thì cứu làm sao được!

Vậy theo đạo Phật là tự cái tâm mình phấn chấn lên mà làm điều lành điều phải, tự mình có sức mạnh để phá cho hết những cái nó trói buộc mình vào chỗ khổ. Bởi thế người thật bụng theo đạo Phật là người có cái tâm lực rất cương kiện, lòng dạ vững bền như gang như sắt. Cũng vì thế mà đạo Phật thường hay dùng bốn chữ dũng mãnh tinh tấn. Dũng mãnh tinh tấn để giải thoát. Dũng mãnh tinh tấn để cứu người. Dũng mãnh tinh tấn để phá cái mê, trừ cái hại. Người ta đã có cái đức dũng mãnh tinh tấn thì không bao giờ chịu đứng lùi lại mà thua kém người, không bao giờ lười biếng, trễ nải, không bao giờ ham mê vật dục, có thể giam hãm mình vào những nơi tối tăm dơ bẩn.

Cũng bởi có cái đức dũng mãnh tinh tấn ấy, cho nên đức *Bồ-tát* Quán Thế Âm vì lòng từ bi bác ái mà phát thệ rằng: "Hễ ở trần gian mà còn có cái khổ, thì dầu phải đợi đến mấy muôn kiếp nữa, ta cũng ở lại mà cứu chúng sanh, chứ không vào *Niết-bàn* thành Phật. Bất kỳ ở đâu mà có con ruồi con bọ phải khổ là có ta ở đó." Từ thiện thay cái lòng cứu thế của đức Quán Âm! Ta chịu cực khổ ở chốn bụi trần này, mà nghe lời từ bi ấy, tựa như đang bị cơn lửa hồng nung nấu, được ngọn gió mát quạt vào người; tựa như đang đau đớn, được giọt nước cam lộ nhỏ vào chỗ đau, khiến ta lại hăng hái mà vật với đời để ra khỏi chỗ đau, chỗ khổ.

Đạo Phật về đường tinh thần thì mạnh mẽ như thế, về đường từ bi bác ái thì rộng rãi bao la như thế. Giá ta hiểu được rõ và biết đúng ra, thì rất có lợi cho sự tiến thủ của người đời. Đạo ấy có thể gây thành ra được nhiều cái đức tính: như là đối với người với vật, thì có lòng nhân từ, đối với công việc làm thì rất dũng mãnh, đối với tư tưởng thì rất sáng suốt, đối với sự tín ngưỡng thì không mê hoặc, đối với cuộc đời thì rất trọng sự hòa bình. Đối với toàn thể cuộc nhân sinh, đạo Phật lại có cái thần lực rất linh diệu là làm cho người ta vơi được bao nhiêu những nỗi khổ não trong lòng. Là vì người ta sinh ra ở đời, lẽ tất nhiên là phải vật lộn với đời, mà đã vật lộn với đời, tất là phải mắc vào vòng tình dục, nó làm cho ta hôn mê đi, tưởng danh là thật danh, lợi là thật lợi. Ngờ đâu danh với lợi ở đời đều là những cái ảo ảnh làm mồi nhử ta vào đống lửa hồng mà hun đốt ta mãi. Ta nhờ có đạo Phật làm cho ta tỉnh ra, thấy rõ cái thật cái giả, thì dù ta có hăng hái mà làm việc đời để trả nợ cho đời, ta cũng không say đắm ở những sự hư vọng nó ràng buộc ta, mà lúc nào ta cũng ung dung tự do để điều khiển cái tâm thần của ta và trừ bỏ hết thảy những điều phiền não. Bởi thế người nào đã đạt được đạo lý của nhà Phật, thì bao giờ cũng thản nhiên, không cho việc đời là chán nản, không lấy sự đắc thất làm lo buồn, không bị cái lửa tình dục nó hun đốt được. Ta vui lòng làm điều lành điều phải là ta biết có chư Phật soi tỏ cái tâm ý của ta, và vẫn ở bên cạnh ta để nâng đỡ ta, cứu giúp ta và chứng quả cái lòng thành thật của ta. Nhờ có cái thần lực ấy của Phật, cho nên ta có cái sức mạnh để làm việc giúp đời mà không vướng víu với tình dục. Đạo Phật mà hiểu như thế, thì thật là một đạo rất ung dung thư thái, mà vẫn có cái tiềm lực rất mạnh và rất hay. Một cái đạo mà có những đức tính tốt như thế, thật đáng quý lắm vậy.

Song ta phải biết rằng: *"Nhân năng hoằng đạo, phi đạo hoằng nhân"*, nghĩa là: Người có thể mở rộng được đạo, chứ không phải đạo mở rộng được người. Đạo vốn là hay, nhưng mà người không hiểu hết nghĩa lý, không cố sức làm cho đạo sáng rõ ra, thì lâu dần cũng thành ra mờ tối. Đạo Phật cũng vậy, đạo Nho cũng vậy, không bao giờ ra được ngoài cái công lệ ấy. Vậy đạo hay hay dở là tại người ta. Người mà tinh khôn thì dù đạo có điều dở rồi cũng thành ra hay; người mà khờ dại thì dù đạo hay thế nào rồi cũng hóa dở. Điều đó ta nên chú ý mà nghĩ cho kỹ.

PHẬT GIÁO

Thưa các ngài!

Người ta ở đời chỉ có hai con đường là mê với ngộ. Mê rồi thì mỗi ngày một tối tăm lại, ngộ rồi thì càng ngày càng sáng tỏ ra. Đạo Phật nói tóm lại chỉ có mấy lời: mục đích là chuyển mê khai ngộ. Chuyển mê là làm cho người ta thoát khỏi cái mê tình trong tam giới, khai ngộ là chuyển mở cái tâm nhãn đại ngộ để được có đại *Bồ-đề* và được chứng đại *Niết-bàn*. Phương pháp là: Bao nhiêu điều ác thì không làm, bao nhiêu điều thiện thì phải làm hết; tự mình phải giữ cái tâm ý của mình cho ngay chính trong sạch. Ấy là lời dạy của chư Phật.[1]

Vậy tôi thiết tưởng rằng: Nếu ta biết theo cái tinh thần của Phật giáo mà sửa bỏ những cái tệ tục và những điều mê tín đi, thì rồi dám chắc có nhiều điều ích lợi. Nhưng ta phải biết rằng: việc tu đạo cũng như việc trồng cây. Trồng cây mà đã có cái mầm tốt, thì phải chọn chỗ đất tốt, rồi ngày ngày chăm nom bón tưới, hễ thấy cỏ xấu mọc lên, thì nhổ ngay đi, đừng để nó làm hại cái mầm ấy. Như thế rồi tất ngày cái mầm ấy thành ra cây to bóng mát, nhiều hoa sai quả. Ấy là cái hy vọng của chúng tôi, mà chắc cũng là cái hy vọng của tất cả bà con trong hội ta vậy.

Nam-mô A-di-đà Phật.

---

[1] "Chư ác mạc tác, chúng thiện phụng hành, tự tịnh kỳ ý, thị chư Phật giáo."

Thuyết thập nhị nhân duyên của Phật giáo

Nam-mô A-di-đà Phật,

Thưa các cụ,

Thưa các giáo hữu,

Hội Phật giáo đặt ra cuộc giảng diễn hàng tháng này chủ ý là đem giáo lý của đạo Phật mà bày tỏ ra để mọi người ai nấy đều hiểu rõ đến chỗ sâu xa mà tin theo một cách cho chánh đáng. Nhưng vì đạo Phật là một đạo rất giàu về đường tư tưởng và rất cao về đường nghĩa lý, cho nên càng bàn càng rộng, càng nói càng nhiều, các lý thuyết liên miên bề bộn không biết đâu là cùng tận. Nếu ta không lựa lọc lấy những điều cốt yếu mà giảng giải ra cho phân minh rõ ràng thì tôi e rằng không mấy người theo đạo Phật mà thật hiểu được đạo Phật.

Ta đã tin theo một đạo mà ta lại lờ mờ không biết rõ phần tinh túy của đạo ấy là thế nào, cứ thấy người ta nói làm sao, ta làm theo như vậy, rồi để cái thói quen nó sai khiến, để lòng tư dục nó che lấp, tin những điều huyễn hoặc, làm những điều nhảm nhí, điên cuồng, dại dột, mất cả cái bản tính sáng suốt có sẵn ở trong lòng ta. Sự tin theo như thế lại thành ra sự mê tín, chứ không phải là sự chuyển mê khai ngộ như cái đại mục đích của đạo Phật nữa. Bởi thế cho nên thiết tưởng ta nên đem cái phần cao thâm trong lý thuyết của Phật giáo mà bàn luận, trước là cho đúng với cái mục đích của hội, sau để cùng nhau ta hiểu rõ cái tôn giáo ta đã tin theo.

Đạo Phật là đạo gồm cả hai phương diện: thế gian và xuất thế gian, tức là cái đạo xét rõ thế gian là thế nào, để mà tìm cách giải thoát ra ngoài thế gian. Đạo ấy chủ ở cái thuyết Thập nhị nhân duyên, là câu chuyện tôi xin nói hầu các cụ và các giáo hữu hôm nay, mà ở bài trước tôi đã nói qua cái đại cương.

Cái thuyết này mà xét cho đến nơi đến chốn, thì cũng có phần khó thật. Nhưng ta có tới chỗ khó, thì ta mới thấy rõ cái hay cái đẹp. Nói đến đây, tôi lại nhớ một câu của nhà văn hào nước Pháp nói rằng: "Có cắn vỡ cái xương, thì mới hút được cái tủy ngon." Cắn vỡ cái xương để hút lấy cái tủy ngon, ấy là một điều tỷ dụ bảo ta phải chịu khó, phải mất công phu mới được hưởng cái ngon cái lành. Vậy tôi xin đem một câu chuyện nói về cái lý thuyết rất khó để hiến các giáo hữu, và xin các giáo hữu đem lòng nhẫn nại mà cố hiểu lấy một điều rất đáng hiểu trong Phật giáo.

Thưa các giáo hữu,

Cái đạo của đức Phật Thế Tôn *Thích-ca Mâu-ni* lập ra ở Ấn Độ khi xưa, cốt yếu ở trong cái thuyết Tứ thánh đế và Thập nhị nhân duyên. Đó là phần đặc biệt của đạo Phật, mà Phật tổ đã khởi xướng lên trước tiên cả. Còn những thuyết bàn về luân hồi, về nghiệp báo, đều đã có từ trước khi có đạo Phật. Đức *Thích-ca* sở dĩ xướng lên cái thuyết ấy mà lập một học phái khác, là vì thuở bấy giờ số nhiều người Ấn Độ có cái quan niệm yếm thế cứ say đắm vào cái tư tưởng siêu việt ra ngoài cuộc nhân sinh, và đi tìm những sự tu hành rất khổ hạnh để cầu lấy hạnh phúc được sinh ra ở cõi trời, cho khỏi phải luân hồi ở cõi trần gian. Chính ngài khi mới xuất gia, ngài cũng đi học theo các phái đang thịnh hành thuở ấy. Sau sáu năm tu khổ hạnh, ngài thấy sự tu hành ấy không có kết quả gì, ngài mới bỏ đến ngồi ở gốc cây *Bồ-đề*, theo trung đạo, nghĩa là theo cái đạo chính giữa, cứ ăn mặc như thường để có đủ sức khỏe mà suy nghĩ cho ra cái duyên do của sự sống chết ở đời. Ngài ngồi ở gốc cây bồ đề 49 ngày, suy xét các lẽ của tạo hóa, mới tìm thấy rõ bốn điều chân thật và cái căn nguyên của sự sanh tử. Ấy là từ đó ngài thành chánh quả và được cái đạo *A-nậu-đa-la Tam-miệu Tam-Bồ-đề*, tức là cái đạo Vô thượng Chánh đẳng Chánh giác.

Phật đã đắc đạo rồi, ngài nghĩ nên tìm cái phương tiện nào mà dạy cho nhân chúng hiểu được cái đạo của ngài, để đem chúng sanh ra ngoài cái khổ luân hồi. Ngài biết rằng cái thuyết siêu việt viễn vông của các học phái *Bà-la-môn* không có ích gì cho đời, cho nên ngài chỉ vụ lấy sự thực nghiệm có nghĩa lý chắc chắn mà giải quyết vấn đề sinh tử của vạn vật. Ngài cho các bậc trời và các bậc thần thánh không phải là không có, song những bậc ấy dù có trường thọ đến mấy muôn năm nữa, rồi cũng không ra khỏi cái vòng biến hóa của vũ trụ. Vậy trời thánh tự mình chưa giải thoát được lấy mình, còn giải thoát cho ai? Bởi lẽ ấy cho nên đạo của Phật không lấy sự cầu nguyện trời thánh làm trọng, không nương dựa vào cái sức thiêng liêng nào ở ngoài cái tâm của mình, và chỉ vụ lấy cái sức tự cường của mình mà giải thoát lấy mình. Đó là cái đặc sắc của đạo Phật, không có tính ỷ lại, không có sự mê tín, chỉ một mình tự phấn chấn lên mà chống chọi với tạo hóa, để thoát ra ngoài cái lưới của tạo hóa. Cái đạo ấy thật là độc nhất vô nhị ở trong thế gian, khiến người ta có cái tính tự cường tự lập để mà cứu mình và cứu người.

Nhưng muốn tìm được cái lối để thoát ra vòng tạo hóa, thì ta cần phải biết tạo hóa là thế nào. Vậy nên lúc đầu Phật chú trọng ở thuyết Thập nhị nhân duyên là cội nguồn của thế gian. Thế gian sở dĩ có là bởi cái nhân với cái duyên. Cái nhân nhờ có cái duyên mới nảy nở ra được mà thành cái quả. Quả lại thành ra nhân khác, rồi cứ nối nhau như thế mà sinh sinh hóa hóa mãi. Vậy nên đạo của Phật chỉ nhận ở trong vũ trụ có sự biến hóa vô thường mà thôi, chứ không nhận có một vị thần nào sáng tạo ra vạn vật cả. Xem như trong sách Thành duy thức luận nói rằng: "Có người cố chấp là có Đại tự tại thiên, là bản thể chân thật, bao hàm khắp cả và lúc nào cũng thường định, sinh ra các pháp. Sự thiên chấp ấy không có lý. Vì sao? Vì nếu cái pháp mà sinh ra được, tất là không thường; mà những cái không thường, thì tất không bao hàm khắp cả; những cái không bao hàm khắp cả là không chân thật. Cái thể mà thường và bao hàm khắp cả, thì có đủ mọi công năng, đáng lẽ là khắp hết thảy mọi nơi cùng ngay một lúc sinh ra hết thảy chư pháp. Chứ lại đợi đến có cái duyên, mới sinh ra được, thì là trái với cái luận nhất nhân."

Sách Thập nhị môn luận nói rằng: "Ví bằng Tự tại thiên tạo tác ra chúng sanh, thì không lẽ lại đem cái khổ mà phú dữ cho con là chúng sanh. Ấy cho nên không nên nói là Tự tại thiên tạo tác ra chúng sanh. Đã là tự tại, thì đáng lẽ không có sự nhu dụng gì cả; nếu vì có sự nhu dụng mà tạo tác ra chúng sanh, thì không gọi được là tự tại. Nếu không có sự nhu dụng, thì biến hóa tạo tác ra vạn vật như trò trẻ con để làm gì? Nếu tự tại tạo tác ra chúng sanh, thì ai tạo tác ra tự tại? Nếu tự tại tự tạo tác lấy mình, thì không phải, cũng như vạn vật không thể tự tạo tác lấy mình được. Nếu lại có kẻ khác tạo tác ra mình thì không gọi được là tự tại nữa. Nếu là tự tại tạo tác ra vạn vật, thì tạo tác vạn vật ở chỗ nào? Chỗ ấy là chỗ của tự tại tạo tác ra, hay là của kẻ khác tạo tác ra? Nếu là của tự tại tạo tác ra, thì chỗ ấy ở đâu? Nếu ở chỗ khác, thì chỗ khác ấy ai tạo tác ra? Như thế thì vô cùng. Nếu là kẻ khác tạo tác ra, thì lại là có hai tự tại, việc ấy không thể nào có được. Vậy nên vạn vật ở trong thế gian không phải của tự tại tạo tác ra. Nếu tự tại tạo tác ra vạn vật, thì ngay từ lúc đầu là nhất định chứ lẽ nào lại biến: ngựa là con ngựa cứ thường mãi không biến; người là con người cứ thường mãi không biến; nay lại theo cái nghiệp mà biến, thì nên biết là không phải của tự tại tạo tác ra. Nếu tự tại đã tạo tác ra vạn vật, thì tức là không có tội phúc, thiện ác, xấu đẹp; những điều ấy đều ở ngoài đến cả. Mà thực là có tội phúc, cho nên không phải là tự tại tạo tác ra vạn vật. Nếu không có nhân duyên mà là tự tại, thì nhất thiết chúng sanh cũng là tự tại mới phải. Nhưng thật thì không thế. Vậy nên biết rằng không phải tự tại tạo tác. Nếu tự tại lại do cái khác mà có, thì cái khác lại do cái khác nữa, như thế thì vô cùng; vô cùng thì không có nhân. Có các thứ nhân duyên thì nên biết vạn vật không phải tự tại sinh ra...."

Sách Du-già luận cũng nhiều chỗ bác cái lẽ cho tự tại làm nhân cho vạn vật, nghĩa là làm cái gốc, cái nguyên nhân của vạn vật.

Những lời chứng nghiệm ấy đủ rõ là Phật tuy nhận có *Phạm-thiên*[1] là chủ tể trên trời, nhưng không nhận Phạm thiên là đấng tạo tác ra vạn vật. Phật cho là các đấng thần lớn ở trên trời tuy có ngôi cao, nhưng vẫn còn ở trong tam giới, tức là còn phải ở trong vòng biến hóa của vũ trụ. Vậy nên sách Phật thường hay chép rằng *Phạm-thiên, Đế-thích* xuống cầu Phật thuyết pháp để cho trời và người được giải thoát.

Cái cuộc biến hóa mà các vị thần lớn ở trên trời cũng không tránh khỏi đó, là căn nguyên bởi đâu? Bởi cái lẽ mờ tối nó gây ra duyên và nghiệp, làm cho cái chân thể đang yên lặng sáng suốt mà thành ra có hình và sắc, có còn có mất, có đau có khổ; làm cho đang tuyệt đối tịch tĩnh mà thành ra tương đối vô thường. Cái tương đối vô thường ấy thay đổi mà có mãi, là bởi cái nhân duyên cứ tiếp tục mà sinh

[1] Brahma

sinh hóa hóa. Đó là cái thuyết căn bản của đạo Phật nói về thế gian. Tuy về sau đạo Phật có nhiều tông phái, nhưng không có tông phái nào vượt qua được cái thuyết ấy, mà bao giờ cái thuyết ấy vẫn đứng làm cái cột trụ rất vững vàng của Phật giáo. Dù đến ngày nay, khoa học thịnh hành lên, cái lý thuyết của những tôn giáo khác đều rung động, mà cái lý thuyết nhân duyên của Phật giáo vẫn yên vững như bàn thạch. Là bởi vì khoa học vẫn không có cách nào mà giải quyết được cái vấn đề sinh tử, thì tất phải nhận thế giới là một cuộc biến hóa vô thường, có trước tất phải có sau, có sinh tất phải có tử, thành ra vẫn ở trong cái phạm vi của Phật giáo. Chỉ trừ ra nói rằng: ta hãy cứ biết sự hiện tại trước mắt đã, rồi sau muốn ra thế nào thì ra. Nói như thế không phải là cách giải quyết một vấn đề. Hoặc nói rằng: chỉ biết có cái sống là thật, còn cái chết là hết. Chết là hết, tức là không có gì nữa. Nếu cái sống là có, cái chết là không, thì cái sống bởi đâu mà ra? Không lẽ cái không là không có gì, mà lại sinh ra cái có được. Rút cục, chỉ có cái thuyết nhân duyên mới giải được cái nghĩa sinh hóa ở trong vũ trụ. Song cái thuyết ấy mới nghe thì tưởng là dễ, mà nghĩ ra thì rất khó. Vậy nên ta phải bàn cho kỹ để khỏi có sự lầm lẫn.

Trong cái thuyết, ấy có ba điều cốt yếu là nhân, quả và duyên. Phàm sự vật gì phát động hay thành tựu ở trong thế gian là không ra được ngoài cái luật nhân quả. Cái gì phát động ra là nhân, mà cái gì kết tập thành tựu làm sự thật là quả; như: núi, sông, đất, nước, chim, muông, cây, cỏ, cho đến cái mảy ở trong bụi trần, là đều có cái quả tướng hết cả. Mà đã có quả tướng tất là có nhân do, cho nên ta có thể cứ quả mà suy đến cái nhân được. Nói ngay như cái bàn để trước mắt ta đây, là một cái quả, bởi có các nhân khác mà thành ra. Những nhân ấy là gỗ, là người làm đồ gỗ. Có gỗ, có người làm nhân thì mới thành cái quả là cái bàn ấy.

Đây ta nên biết rằng: cái tướng nhân và cái tướng quả cùng đồng thời mà sinh ra: như gỗ là nhân, nhưng ở trong gỗ đã có đủ cái thể chất để làm cái bàn, tức là khi gỗ còn ở chỗ làm nhân, thì đã có cái tướng quả rồi: kịp đến khi làm thành cái bàn, thì cái bàn ấy là bàn gỗ, chứ không phải bàn sắt hay bàn đá, thế là khi đã thành cái quả, cái tướng nhân vẫn còn. Cho nên cái tướng nhân và tướng quả tuy là riêng làm hai, nhưng vẫn đồng thời đều có cả.

Nhân với quả sinh lẫn ra nhau, mà sự sinh ấy nhờ có cái duyên. Tỉ dụ như hạt thóc là cái quả của cây lúa đã thành, mà là cái nhân của cây lúa sắp thành. Vậy hạt thóc ta gieo xuống đất là cái nhân, nhưng hạt thóc mà thành ra được cây lúa có bông, có quả, là nhờ có ruộng đất, có nước, có ánh sáng mặt trời và có nhân công chăm bón. Vậy ruộng đất, nước, ánh sáng và nhân công là duyên. Hạt thóc đã thành lại theo cái duyên hòa hợp với nhau mà thành ra cây lúa khác. Nhân mà không có duyên thì không thành được quả, cũng như hạt thóc mà không có ruộng, có nước...thì cây lúa không mọc lên được. Vậy duyên là nói cái mối quan hệ, cái tư trợ, nó giúp cho cái nhân thành ra cái quả. Như thế, thì duyên không phải là một vật gì có cụ thể, mà là chỉ chung hết thảy mọi sự vật có tính tương hợp, tương thích để tư trợ cho sự khởi sinh của vạn pháp.

Về sau, các học phái Phật giáo còn chia ra làm mấy thứ nhân và mấy thứ duyên, như ở trong sách Đại Trí độ luận[1] có định ra lục nhân và tứ duyên.

Lục nhân là: 1. Tương ứng nhân, là cái nhân của tâm vương[2] và tâm sở[3] tương ứng với nhau, như bạn hữu hòa hợp để làm thành việc; 2. Câu hữu nhân, là cái nhân của tâm vương và tâm sở cùng có mà giúp lẫn nhau; 3. Đồng loại nhân, là cái nhân đồng một loài, như nhân thiện với nhân thiện, nhân ác với nhân ác; 4. Biến hành nhân, là cái nhân cùng khởi một lúc khắp cả trong Khổ đế và Tập đế; 5. Dị thục nhân, là cái nhân làm điều lành hay điều ác ở đời này, thì đời sau thành ra thiện báo hay ác báo; 6. Năng tác nhân, là cái nhân nhờ có cái duyên khác mà có thể tạo tác ra cái quả.

Tứ duyên là: 1. Nhân duyên, là cái duyên làm cho nhân thành ra quả, như lục căn (nhãn, nhĩ, tỉ, thiệt, thân, ý) làm nhân, lục trần (sắc, thanh, hương, vị, xúc, pháp) làm duyên mà thành ra lục thức (nhãn thức, nhĩ thức, tỉ thức, thiệt thức, thân thức và ý thức); 2. Thứ đệ duyên, là cái duyên của tâm vương và tâm sở cứ thứ tự theo nhau sinh ra mà không

---

[1] Tức là sách Bát-nhã Ba-la-mật-đa luận.

[2] Tâm vương là cái tâm làm chủ các cái thức hay là Đệ bát thức, tức là A-lại-da thức.

[3] Tâm sở là cái mà tâm đã thụ, tưởng và hành mà có.

gián cách, như tâm với tâm sở đối với chư trần thì hết niệm này đến niệm khác, không bao giờ dứt. 3. Sở duyên duyên, là duyên này nhờ duyên khác mà sinh, tức là cái duyên tự của tâm. 4. Tăng thượng duyên, là cái duyên làm cho có thêm sức ra như lục căn đối với lục trần thì có cái sức mạnh hơn lên để từ duyên khởi mà phát ra các thức, không có gì là chướng ngại.

Đại để, là về sau vì Phật học cần phải biện luận cho tinh tường, nên mới phân ra các thứ nhân và duyên như thế, chứ lúc đầu chỉ nói có nhân duyên là cái duyên làm cho nhân thành ra quả mà thôi. Nay ta theo cái nghĩa ấy mà xét xem cái thuyết thập nhị nhân duyên là có những gì và cái thuyết ấy quan hệ với sự thật trong thế gian là thế nào. Xem trong kinh nhà Phật, thì thường thấy kể mười hai nhân duyên như sau này:

1. Vô minh (avidya), 2. Hành (samskaras), 3. Thức (vijnn), 4. Danh sắc (namarupa), 5. Lục nhập (chadayatana), 6. Xúc (sparca), 7. Thụ (védana), 8. Ái (trichna), 9. Thủ (upadâna), 10. Hữu (bhava), 11. Sinh (djati), 12. Lão tử (djar marana).

Mười hai nhân duyên ấy đều ở trong Tứ đế hoặc khai hoặc hợp mà ra, như là vô minh, hành, ái, thủ, hữu làm năm chi hợp thành Tập đế; thức, danh sắc, lục nhập, xúc, thụ, sinh, lão tử, là bảy chi mở ra làm Khổ đế. Cái trí xem thấu cái lẽ sinh và diệt của nhân duyên là Đạo đế. Dứt được hết cả mười hai nhân duyên là Diệt đế.

Mười hai nhân duyên theo nhau liên tiếp như nước sông chảy, cho nên sách nhà Phật gọi là Duyên hà. Các nhân duyên tụ tập mà sinh ra mãi, gọi là Duyên hà mãn, nghĩa là sông duyên đầy tràn. Nếu cứ lần lượt dứt hết nhân duyên nọ đến nhân duyên kia, thì gọi là Duyên hà khuynh, nghĩa là sông Duyên nghiêng cạn.

Vậy nên nói rằng: Vô minh duyên Hành, Hành duyên Thức, Thức duyên Danh sắc, Danh sắc duyên Lục nhập, Lục nhập duyên Xúc, Xúc duyên Thụ, Thụ duyên Ái, Ái duyên Thủ, Thủ duyên Hữu, Hữu duyên Sinh, Sinh duyên Lão tử, ưu bi, khổ não. Thế gọi là thuận sinh tử lưu, nghĩa là thuận cái dòng sinh tử, thì mười hai cái duyên là đầy tràn lên.

Vô minh diệt thì Hành diệt; Hành diệt thì Thức diệt; Thức diệt thì Danh sắc diệt; Danh sắc diệt thì Lục nhập diệt; Lục nhập diệt thì Xúc diệt; Xúc diệt thì Thụ diệt; Thụ diệt thì Ái diệt; Ái diệt thì Thủ diệt, Thủ diệt thì Hữu diệt; Hữu diệt thì Sinh diệt; Sinh diệt thì Lão tử, ưu bi, khổ não diệt. Thế gọi là nghịch sinh tử lưu, nghĩa là đi ngược cái dòng sinh tử, thì mười hai cái Duyên hà nghiêng cạn. Làm cho các Duyên hà nghiêng cạn đi, để khỏi sinh tử khổ não là Phật pháp, mà làm cho các Duyên hà đầy tràn lên, để phải sinh tử, khổ não mãi, là chúng sanh phiền não.

Cái lẽ nhân duyên là thế, mà hiểu cho thật suốt hết lẽ ấy thì thật khó, cho nên kinh *Niết-bàn* nói rằng: cùng một thuyết Thập nhị nhân duyên mà ba bậc Thanh văn, Duyên giác và *Bồ-tát*, mỗi bậc tùy cái trí cạn hay sâu mà đạo pháp thành ra cao hay thấp. Bậc hạ trí là Thanh văn xem thấu cái thuyết Thập nhị nhân duyên, thì được Thanh văn *Bồ-đề*. Vì rằng bậc ấy dùng cái trí hiểu cái không, trước xem thấu Thập nhị nhân duyên sinh, sau xem thấu Thập nhị nhân duyên diệt. Xem thấu sự sinh diệt ấy thì liễu ngộ được là phi sinh phi diệt mà phá được cái hoặc của sự kiến và sự tư và chứng được cái lý chân không.

Đây ta nên biết rằng: nhà Phật gọi kiến là sự phân biệt của ý thức đối với pháp cảnh ở ngoài, nghĩa là đối với các hiện trạng ở trong thế gian; và gọi tư là sự tưởng nghĩ, sự ham thích do ngũ căn là mắt, tai, mũi, lưỡi, thân đối với ngũ trần là sắc, thanh, hương, vị, xúc. Kiến và tư là hoặc vọng cả, cho nên gọi là kiến tư hoặc.

Bậc trung trí là Duyên giác xem thấu cái thuyết Thập nhị nhân duyên, thì được Duyên giác *Bồ-đề*. Vì rằng bậc ấy cũng dùng cái trí hiểu cái không, trước xem thấu Thập nhị nhân duyên sinh, sau xem thấu Thập nhị nhân duyên diệt. Xem thấu sự sinh diệt ấy thì liễu ngộ được là phi sinh phi sinh diệt, mà phá được cái hoặc của sự kiến và sự tư và bỏ dần được cái tập khí của những sự hoặc ấy. Cùng có cái trí xem thấu ấy, nhưng ví với bậc Thanh văn lại có phần hơn cho nên sở chứng được cái lý chân không cũng sâu hơn.

Bậc thượng trí là *Bồ-tát*, vì bậc ấy cũng dùng cái

trí hiểu cái không, xem thấu Thập nhị nhân duyên sinh và diệt, liễu ngộ được là phi sinh phi diệt, mà dứt ngay được cái tập khí của kiến tư hoặc. Cùng có cái trí xem thấu ấy, nhưng ví với bậc Duyên giác lại hơn nữa, cho nên sở chứng được cái chân không rất sâu.

Vậy cùng một thuyết Thập nhị nhân duyên mà mỗi bậc người tùy cái trí hơn hay kém mà hiểu được sâu hay nông.

Nay ta muốn hiểu rõ cái thuyết Thập nhị nhân duyên theo cái trí thấp hèn của ta, thì tôi tưởng nên tham khảo các kinh bên Tiểu thừa và bên Đại thừa cùng những ý kiến của các nhà Phật học đời nay, rồi hòa hợp hết các ý nghĩa mà chọn lọc lấy cái ý nghĩa chính đáng.

Theo sách "Thiên Thai Tứ giáo nghi" thì trong thuyết Thập nhị nhân duyên có ba điều cốt yếu là Hoặc, Nghiệp và Quả, gồm cả tam thế: quá khứ, hiện tại và vị lai. Vô minh là cái hoặc quá khứ; Hành là cái nghiệp quá khứ; Thức; Danh sắc, Lục nhập, Xúc, Thụ là cái quả hiện tại; Ái và Thủ là cái hoặc hiện tại; Hữu là cái hoặc nghiệp hiện tại; Sinh và Lão tử là cái quả vị lai. Ba điều cốt yếu ấy kê ra thành cái biểu sau này:

1. Hoặc: Vô minh, quá khứ hoặc (nhân); Ái Thủ, hiện tại nhị hoặc (nhân).

2. Nghiệp: Hành: quá khứ nghiệp (nhân); Hữu, hiện tại nghiệp.

3. Quả: Thức, Danh sắc, Lục nhập, Xúc, Thụ, hiện tại ngũ quả (quả) Sinh, Lão tử vị lai nhị quả (quả).

Xem như thế, thì Vô minh, Ái và Thủ gây ra cái hoặc, mà Hành và Hữu gây ra cái nghiệp. Do cái hoặc và cái nghiệp mà thành ra cái quả hiện tại và vị lai, nghĩa là vì cái mờ tối lầm lẫn và sự ham muốn khát vọng, mà gây ra sự sống chết và sự khổ não ở đời.

Thập nhị nhân duyên còn có tên là Thập nhị Duyên khởi,[1] vì tướng nghiệp quả là do nhân duyên của mười hai thứ mà khởi lên. Lại có tên là Thập nhị hữu chi, vì cái duyên khởi ấy có mười hai chi vậy.

Thập nhị hữu chi ấy có cái mối quan hệ liên tiếp với nhau thế nào, ta cần phải dùng cái phương pháp triết lý khoa học mà xét thì mới rõ ràng minh bạch. Cái phương pháp ấy có hai lối: một là theo diễn dịch pháp,[2] xét từ cái nhân nguyên thỉ là Vô minh mà xét lần xuống đến cái quả cuối cùng là Lão tử; hai là theo qui nạp pháp[3] xét từ cái quả hiện có là Lão tử mà xét lần lên đến cái nhân nguyên thỉ là Vô minh, theo như những lối của đức *Thích-ca* đã dùng mà suy nghĩ khi còn ngồi ở dưới gốc cây *Bồ-đề* vậy. Theo hai lối ấy mà xét, thì thấy lối nọ phù hợp với lối kia, và thấy cái nhân, quả liên tiếp rất rõ ràng.

---

[1] Pratitya samutpada

[2] Déduction, phương pháp suy luận từ cái đã biết diễn rộng ra những cái chưa biết.

[3] Induction, phương pháp suy luận từ cái đã biết quy kết về cái chưa biết.

Theo diễn dịch pháp, thì cái lẽ khởi đầu mà sinh ra biến hóa và có thế gian là Vô minh (I). Vô minh là si ám, là phiền não chướng, phiền não hoặc, tức là cái tối mờ, cái ảo vọng mông muội, nó làm cho thực là giả, giả là thực, điên đảo quanh quẩn, không biết rõ gì cả.

Đây ta phải dừng lại mà giải cho rõ cái nghĩa tại làm sao vì Vô minh mà có thế gian. Hỏi rằng: làm sao Vô minh lại sinh ra được thế gian, tức là hỏi: cái gì mắc phải Vô minh mà sinh ra vạn tượng ở trong thế gian? Đó là một vấn đề quan hệ đến phần hình nhi thượng[1] mà khi Phật thuyết pháp, Phật lại cố ý không nói đến. Vì duyên cớ gì mà Phật không muốn nói đến những vấn đề hình nhi thượng? Ấy là chỗ rất hệ trọng, mà về sau các tín đồ chia ra Tiểu thừa và Đại thừa cũng bởi chỗ ấy. Phật sở dĩ không nói đến những điều hình nhi thượng là vì cái mục đích của Phật là cầu lấy sự cần kiếp, thiết thực là sự giải thoát được khổ não. Mà người Ấn Độ đời bấy giờ, nhất là những tín đồ đạo *Bà-la-môn* đang say đắm vào cái học hình nhi thượng, gây ra nhiều ý kiến thiên lệch, Phật sợ rằng nếu xướng lên cái lý thuyết hình nhi thượng, thì cái học của Phật lại miên man ra như cái học của đạo *Bà-la-môn* và các tín đồ của Phật lại hiểu lầm mà xao nhãng đi cái mục đích giải thoát, là cái mục đích cốt yếu của Phật. Phật chỉ nói rằng người giải thoát được là vào *Niết-bàn*, bất sinh bất diệt. Nhưng cái gì đã giải thoát, cái gì bất

---

[1] Métaphysique

sinh bất diệt, Phật không nói. Trong cái thuyết Thập nhị nhân duyên cũng vậy, Phật không nói cái gì mắc phải Vô minh mà luân hồi sinh tử, để ta tự hiểu lấy rằng cái ấy không phải là không hẳn mà cũng không phải là có hẳn, nó là cái chân ngã của ta mà không thể suy nghĩ mà biết được. Cái ấy về sau các học phái bên Đại thừa gọi là chân như, là chân ngã, hay là thần thức để cho dễ hiểu.

Đáng lẽ cái chân như ấy cứ im lặng sáng suốt, không mắc vào sự biến hóa. Chỉ vì có Vô minh nó làm cho cái chân như mê muội đi, mới khởi ra sự hành động tạo tác, gây ra vạn tượng ở trong thế gian. Tựa như nước ngoài biển lớn đang yên lặng vì có gió mà cuồn cuộn lên thành ra các ngọn sóng. Chân như là nước biển, các ngọn sóng là vạn tượng. Hễ hết gió là nước lại yên lặng.

Vậy thế gian mà có là bởi có Vô minh. Vì Vô minh làm thêm ra cái duyên, cho nên chân như mới vì cái duyên ấy mà hành động tạo tác và kết tập, kết cấu thành ra Hành (II). Đã hành động tạo tác là khởi đầu bước vào cuộc biến hóa. Sự hành động tạo tác ở trong cuộc biến hóa, tuy có rồi lại biến đi, nhưng đã hành động tạo tác, thì sự hành động tạo tác ấy để lại cái tập khí, cái nếp sẵn, nó tụ hợp lại mà thành ra cái nghiệp. Có Vô minh và Hành làm duyên cho nên cái hoặc và cái nghiệp lôi kéo cái chân như đến chỗ sinh hóa. Ấy thế là Hành làm duyên cho Thức (III).

Cái thức ấy gọi là tương tục thức hay là tùy nghiệp thức hay là tâm sở nghĩa là một thứ thức tâm theo cái nghiệp mà sinh sinh hóa hóa, biết phân biệt tâm với cảnh, người với ta, chủ với khách, tức là cái ý thức hay là cái ngã, hoặc gọi cho dễ hiểu hơn nữa là cái thần hồn. Phàm đã gọi là hữu tình, tức là sinh vật ở trong thế gian, thì giống nào cũng có cái thức ấy. Trong mười hai nhân duyên, thì Thức làm chủ, và cứ lưu chuyển ở trong lục đạo luân hồi. Cái thức tâm ấy bị cái hoặc và cái nghiệp lôi kéo đi đến chỗ sinh, tức là đi đầu thai, thì chỉ trong khoảng một nhoáng là cảm cái ái làm mầm, làm giống, rồi nạp cái tưởng mà thành ra cái thai. Nghĩa là trong khi ấy cái thức tâm cùng với tình ái và tinh huyết của cha mẹ hợp làm một khối. Cái khối ấy có phần khí chất như: địa, thủy, hỏa, phong, (tứ đại) gọi là sắc, và có phần tinh thần như: thụ, tưởng, hành, thức gọi là danh, vì phần tinh thần ấy chỉ có danh, tức là có tên gọi, mà không có hình chất. Hai phần ấy hợp thành ra một cá thể[1] tức là Danh sắc (IV).

Danh sắc là mối đầu của cá thể. Mà mỗi cá thể đều không có thường định, vì rằng vạn vật ở trong thế gian, bất cứ vật nào, từ bậc thần chí cao, cho đến các thứ sinh vật nhỏ mọn hèn thấp, hễ đã mắc vào trong luồng sóng biến hóa của vũ trụ, thì không bao giờ có thường định. Vậy thì một cá thể là gì? Một cá thể chỉ là một sự hoạt động, gồm cả chủ động và khách động. Song sự hoạt động ấy tự nó không có chân thể, chân tướng; nó chỉ là một cái ảo tưởng vụt còn vụt mất, không có gì là chân thật. Như thế,

---

[1] Individualité, một vật thể cá biệt.

thì cá thể chỉ là một sự kết tập, kết cấu vô thường ở trong cuộc biến hóa mà thôi. Song những hữu tình tuy là vô thường vô định nhưng đã có ý thức, có cảm giác, thì cũng có thể nói là có được, có một cách tương đối vô thường. Thế thì những hữu tình ấy lấy gì mà tiếp xúc, đối đãi với những đối cảnh ở ngoài? Tất là phải có các cơ quan riêng.

Kể thực ra, thì cái lý của Thập nhị nhân duyên thông cả lục đạo chúng sanh, nhưng trừ nhân loại ra, các loài chúng sanh khác có nhiều loài không có đủ lục căn, cho nên đây chỉ nói về người là giống có hoàn toàn đủ các bộ phận cơ thể. Vậy sau khi cái thức tâm đã đầu thai rồi, do cái sức chuyển của danh sắc mà cái thai hấp lấy lục trần là sắc, thanh, hương, vị, xúc, pháp, thành ra có lục căn là mắt, tai, mũi, lưỡi, thân, ý. Rồi dần dần lục căn đều khai trương ra để thụ dụng được lục trần. Ấy thế là Danh sắc làm duyên cho Lục nhập (V). Lục nhập là những khí cụ của ta dùng để tiếp xúc với lục trần ở ngoại cảnh. Vậy khi lục căn đã thành thục, bèn ở trong thai ra, xúc đối với lục trần mà nạp thụ lấy. Ấy thế gọi là Xúc (VI). Trong khi xúc đối với lục trần ở ngoài, thì ta nạp thụ được những sự yêu thích hay là ghét bỏ, hoặc là những thế lực của tiền cảnh. Ấy thế là ta có sự cảm giác, tức là thụ (VII). Xúc với thụ thì từ lúc sơ sinh cho đến lão tử cứ tương tục không lúc nào gián đoạn.

Ngay lúc ta nạp thụ mọi điều của tiền cảnh, ta không rõ những điều ấy là hư vọng, bèn bám theo nơi cảnh mà sinh ra yêu mến ham thích. Ấy thế gọi là Thụ làm duyên sinh ra Ái (VIII). Vì sự yêu thích mê muội làm duyên, cho nên mới nhận định những cảnh hiện tiền mà sinh ra lòng muốn bảo thủ những cảnh ấy, rồi cứ khát khao, cố truy tầm cho được. Dù bao nhiêu những sự ham muốn yêu thích của ta không mấy khi làm cho ta được thật thỏa thích, nhưng cũng đủ làm cho ta đắm đuối vào sự sống ở đời, cho nên ta vẫn biết đời là khổ, mà cứ cố ôm lấy sự sống, cố giữ lấy sự sống cho được, cố lăn lộn vào trong cuộc biến hóa mà giữ lấy sự sống. Ấy thế gọi là Thủ (IX).

Ta ở trong biến hóa là khổ, nhưng vì có sự mê muội của cái Thủ làm duyên, cho nên sự ham dục mạnh lên, rồi cố truy tầm những sự mình đã ham muốn trong ngũ trần, cố nuôi lấy sự sống, và tạo tác ra các cái nghiệp. Những cái nghiệp ấy tích tập lại thành ra cái quả tam hữu, là dục hữu, sắc hữu và vô sắc hữu, rồi do cái sức khiên dẫn của cái nghiệp nó lôi mình đến chỗ sinh ra kiếp sau. Thế là ta nuôi lấy sự biến hóa, thì sự biến hóa lại bắt ta phải sống, phải có ở trong biến hóa. Ấy thế là hữu (X). Hữu là cái nghiệp nhân có sẵn để lại sinh ra kiếp sau, mà sở dĩ có Hữu là bởi có Thủ làm duyên, cho nên Thủ với Hữu là cái hoặc với cái nghiệp hiện tại rất nặng.

Theo cái Hữu thì lại có cái báo về sau, là lại sinh ra ở đời, nghĩa là theo cái nghiệp thiện hay nghiệp ác đã có ở kiếp này mà sinh ra kiếp sau. Ấy thế gọi là Hữu làm duyên cho Sinh (XI). Đã thụ sinh ra kiếp sau, thì cái thân ngũ uẩn (sắc, thụ, tưởng, hành, thức) là thân ta có đấy, có rồi lại mất, tức là lại có già có chết. Ấy thế là Lão tử (XII).

Xét theo lối diễn dịch như thế, thì ta thấy Vô minh duyên Hành, Hành duyên Thức cho đến Sinh duyên Lão tử, nghiệp và quả theo nhau không dứt, và các mối nhân duyên liên tiếp nhau rất là mật thiết, không đâu là gián đoạn cả. Nay ta lại theo lối qui nạp mà xét ngược lại xem các mối của nhân duyên có phù hợp như thế không.

Theo lối qui nạp mà xét, thì khởi từ cái hiển hiện thực có là Lão tử (XII). Tại sao có Lão tử? Có Lão tử là vì có Sinh (XI). Ta sinh ra ở đời là vì ta ham muốn sự sống, rồi gây ra cái nghiệp nó lôi kéo ta vào cuộc biến hóa và bắt buộc ta phải sống, phải có, tức là Hữu (X).

Lão tử, Sinh và Hữu, ba cái nhân duyên ấy, thuộc về cái phạm vi chung cả vạn vật ở trong thế gian. Còn những nhân duyên khác từ Thủ trở đi, thuộc về phạm vi riêng về tâm lý. Xét sự biến hóa ở trong vũ trụ, thì hết thảy các vật đã có là đều phải biến hóa luôn. Đã biến hóa là vô thường, là khổ. Nhưng đã mắc vào trong vòng biến hóa rồi, ta lại bị cái mờ tối che lấp, làm cho ta lại nuôi lấy sự biến hóa, ôm lấy sự biến hóa, ấy là Thủ (IX). Bởi cái Thủ mà ta buộc ta vào sự biến hóa. Ta đã nuôi lấy sự biến hóa của ta, tức là ta nuôi lấy cái khổ của ta.

Ta lấy gì mà nuôi lấy cái khổ? Ta nuôi nó bằng sự ham muốn yêu thích của ta, tức là Ái (VIII). Dù rằng những sự ham muốn yêu thích của ta có làm cho ta được thỏa thích hay không mặc lòng, ta đã có sự ham muốn yêu thích là ta bị sự mờ tối của sự ham thích làm cho ta cứ đắm đuối vào sự sống ở đời. Tại làm sao mà có cái Ái mạnh như thế? Tại có sự cảm giác, nó làm cho ta lĩnh nạp lấy lục trần ở ngoại cảnh mà có sự ham muốn yêu thích. Sự cảm giác ấy là Thụ (VII). Cái thụ của ta mà có, là do sự xúc tiếp với ngoại vật. Sự xúc tiếp ấy tức là Xúc (VI). Giả sử ta không có những cơ quan để xúc tiếp và cảm giác thì sự xúc tiếp và sự cảm giác không thể nào có được. Nhưng ta có sáu cơ quan để xúc tiếp và để cảm giác, tức là Lục nhập (V).

Ta đã có giác quan, có xúc tiếp, có cảm giác, tất là thân ta thành ra một cá thể ở trong vạn vật. Cá thể chỉ là một sự kết tập, kết cấu vô thường ở trong cuộc biến hóa mà thôi, nhưng đã kết tập kết cấu thành ra một vật thể, thì vật thể ấy tất phải có danh, có hình, tức là Danh sắc (IV).

Danh sắc chỉ là một cái ảo tượng như một ngọn sóng ở trong luồng sóng của vạn pháp chứ không có gì chân thật. Nhưng bởi đâu mà có cái ảo tượng ấy và lại sinh ra được sự cảm giác, sự ham muốn và sự khổ? Bởi có cái Thức (III). Ví bằng không có Thức, thì các cái nhân khác như Danh sắc, Thụ, Xúc, Ái, Thủ đều không có được. Vậy Thức là cái mối đầu gây ra cái khổ. Nhưng Thức sở dĩ có là vì cái chân như đã hành động tạo tác và kết tập kết cấu thành cái nghiệp để làm duyên cho Thức phải sinh hóa mãi.

Sự hành động tạo tác kết cấu của chân như là Hành (II).

Do cái Hành mà có cái Nghiệp nó lôi kéo cái Thức vào trong cuộc biến hóa, cho nên Danh sắc, Xúc, Thụ, Ái, Thủ...cứ có mãi không bao giờ dứt. Tại sao cái chân như bị hành động tạo tác để bị cái nghiệp nó trói buộc ở trong cuộc biến hóa vô thường như thế? Tại vì có cái mờ tối si ám làm duyên. Cái mờ tối si ám ấy là Vô minh (I).

Vô minh là gì? Đây ta nên định cái nghĩa hai chữ vô minh cho rõ ràng. Sách "Đại thừa khởi tín luận" nói rằng: *"Tĩnh pháp danh vi chân như, nhất thiết nhiễm nhân danh vi vô minh."*[1] Vô minh chỉ là cái niệm khởi của chân như, nghĩa là chân như hốt nhiên có cái niệm khởi, rồi nhiễm cái niệm đó làm nhân mà gây ra cái thế gian ảo vọng. Vậy vô minh là do sự niệm khởi của chân như mà có chứ nó vốn không có tự tính.

Kinh Viên giác lại giải thích nghĩa vô minh một cách rõ hơn: "Hết thảy chúng sanh từ thuở vô thỉ đến nay cái gì cũng điên đảo, tựa như người mê, chạy quàng chạy xiên khắp mọi nơi, nhận càn tứ đại[2] làm cái tướng của tự thân, và cái duyên cảnh của lục trần[3] làm cái tướng của tự tâm, ví như người đau

---

[1] Cái pháp trong sạch không có chút bụi mờ gọi là chân như, hết thảy những cái thấm nhuộm mờ đục mà thành ra cái nhân, gọi là vô minh.

[2] Địa, thủy, hỏa, phong.

[3] Sắc, thanh, hương, vị, xúc, pháp.

mắt trông thấy ở trên trời có hoa đốm hay là có hai mặt trăng vậy. Ở trên trời vốn thật không có hoa đốm, chỉ vì người có bệnh kia vọng chấp đó mà thôi. Bởi sự vọng chấp cho nên không những chỉ lầm ở cái tự tính hư không mà còn mê cả đến chỗ cái hoa đốm kia sinh ra nữa. Do sự vọng hoặc ấy mà thành ra có sự luân chuyển sinh tử, cho nên gọi là vô minh. Cái vô minh ấy không phải là thật có chân thể. Tựa như người nằm chiêm bao, khi đang chiêm bao không phải là không có, nhưng đến khi tỉnh dậy, thì biết rõ không có gì là thật. Hoặc tựa như các thứ hoa đốm thấy biến mất ở chỗ hư không, không thể nói là có chỗ mất thật được. Bởi sao thế? Bởi không có chỗ sinh. Hết thảy chúng sanh ở trong chỗ vô sinh thấy lầm là có sự sinh diệt, cho nên mới gọi là luân chuyển sinh tử. Đức Như Lai là bậc tu đến chỗ viên giác, biết là không có hoa đốm, tức là không luân chuyển, và cũng không có thân tâm nào chịu cái sinh tử kia. Không phải là tạo tác ra, cho nên không có, cái bản tính vốn không có.

Xem thế thì biết vô minh là mờ đục, tối tăm, không trong sạch sáng tỏ; nó chỉ là cái nhiễm nhân cùng tột trong cuộc biến hóa của vũ trụ, là cội nguồn vô thỉ gây ra vạn tượng ở thế gian. Vậy ta có thể lấy cái sức của ta mà phá tan được cái vô minh ấy. Hễ cái Vô minh đã phá thì cái chân như lại hiển hiện ra mà im lặng sáng suốt, ấy là chứng được *Niết-bàn*, tức là giải thoát được cái khổ vậy.

Thuyết Thập nhị nhân duyên xét theo lối diễn dịch hay lối qui nạp, theo lối nào cũng thấy đúng một lý như nhau và không thấy gì là gián đoạn cả. Từ Vô minh đến Lão tử, tuy có cách nhau mười nhân duyên khác, nhưng Lão tử với Vô minh vẫn liên tiếp với nhau rất mật thiết, như các đoạn ở trong cái vòng tròn vậy. Đoạn sau cùng nối liền đoạn đầu, mà có đoạn đầu mới có đoạn sau cùng; và có đoạn sau cùng mới có đoạn đầu. Xem như lão tử là đoạn sau cùng, mà không phải đến Lão tử là hết. Lão tử rồi lại vì có Vô minh và cái nghiệp trước mà sinh ra Hành và Thức. Thức lấy Vô minh và Hành làm duyên mà đi đầu thai, lại sinh ra Danh sắc, Lục nhập, Xúc và Thụ, ấy là lại thành ra một cá thể mới. Cá thể ấy lại có Ái và Thủ là cái hiện tại Vô minh nó làm cho mê muội đi, cho nên lại có Hữu và Sinh. Đã có Hữu và Sinh tất là lại có Lão tử. Ấy thế là cứ luân chuyển vô cùng vô tận.

Sự luân chuyển ấy do ở cái duyên cảnh của vạn pháp, nghĩa là vạn pháp theo nhân duyên mà sinh hay diệt. Duyên hợp thì sinh, duyên tan thì diệt. Sinh sinh hóa hóa do ở cả các cái duyên tụ họp mà thành ra, cho nên vạn pháp chỉ là cái thể tương đối vô thường mà thôi, chứ không có tự tính tuyệt đối thường định. Vạn pháp đã không có tự tính thường định, thì sự ngã chấp, pháp chấp của ta là sự vọng hoặc, không có giá trị gì cả. Muốn biết cái chân thể tuyệt đối, thì phải dùng cái tâm sáng suốt, cái trí minh mẫn mới có thể thấy được cái gọi là chân như, là *Niết-bàn* bất sinh bất diệt.

Cái mục đích chân chính của Phật giáo là vụ lấy trí tuệ mà suy luận, mà hiểu biết đến chỗ cội nguồn của vạn pháp, để tìm cách giải thoát ra ngoài tạo hóa, cho nên trong cái thuyết Thập nhị nhân duyên, ta thấy rõ cái phép luận lý của Phật, như Phật đã nói: "Cái này sinh, nên cái kia sinh. Cái này diệt, nên cái kia diệt."[1] Theo phép luận lý ấy thì vạn pháp sở dĩ có là vì có nhân duyên; biết rõ những nhân duyên ấy tức là biết cái nguồn gốc sự khổ, tất là phá được sự khổ. Muốn phá sự khổ thì phải phá những nhân duyên sinh ra cái khổ. Không có Sinh, không có Hữu, không có Thủ, không có Ái, thì cái phần cảm giác là Thụ, Xúc và phần cá nhân là Lục nhập và Danh sắc đều không có cả; rồi không có Thức, không có Hành, thì Vô minh cũng không có. Ấy thế là khi đã biết rõ những cái kết quả của Vô minh thì ta bỏ được Vô minh, vì rằng đã biết rõ các nhân duyên, tức là vượt qua được nhân duyên; và hiểu thấu Vô minh, tức là thấy rõ cái mờ tối nó che lấp mất cái chân chính sáng suốt vẫn có sẵn ở trong tâm ta. Thấy rõ cái mờ tối ấy, ắt là có thể thấy được cái chân thật.

Phật đã biết rõ cái duyên do sự khổ ở trong thế gian, và cái nguồn gốc của thế gian, cho nên Phật dạy người ta tìm cách mà giải thoát. Bởi vì sự sinh hóa chỉ do nhân duyên hòa hợp mà thành ra, chứ không phải là do một vị thần nào chủ trương, thì sự giải thoát của ta cũng không phải nhờ đến vị thần thánh nào cả, ta chỉ cốt tự mình cố sức mà hiểu lấy, biết lấy, tức là giải thoát được. Phàm có sự lầm lẫn, mà khi đã biết là lầm lẫn là không lầm lẫn nữa. Vậy

---

[1] Giáo lý này gọi là Y tha khởi.

chỉ có sự biết sáng suốt là tự nó đủ làm cho ta giải thoát được mà thôi.

Có Hữu, có Sinh là có khổ; làm cho không có Hữu, không có Sinh, là giải thoát. Song sự giải thoát không phải là chỉ phá lấy một đoạn trong mười hai đoạn, nghĩa là không phải tự hủy, tự hoại cái bản thân của ta hay một phần nào trong bản thân mà giải thoát được. Sự tự hủy hoại thân thể của ta lại buộc chặt ta vào trong luân hồi khổ não, cho nên đạo Phật lấy sự tự hủy hoại thân thể làm tối kỵ. Muốn giải thoát thì tự tâm ta phải làm cho sáng tỏ ra, rồi phá dần cho hết các nhân duyên, không để nó trói buộc được ta nữa. Khi các nhân duyên đã phá tan rồi, thì lúc ấy ta không mắc vào cuộc biến hóa nữa, ấy mới thật là giải thoát.

Sự giải thoát ấy cốt ở cái lòng tin có sự tự do, khiến ta cố gắng mà tìm cách giải thoát. Dù rằng khi ta đã mắc vào trong cái luồng bánh xe đang quay của tạo hóa, ta không thể làm cho cái bánh xe ấy đứng dừng lại được, nhưng ta có thể làm cho ta ra ngoài cái luồng ấy mà không mắc vào nữa. Ấy là nhờ cái sức tự do mà gây thành một mãnh lực để tìm cách giải thoát ra ngoài cuộc luân hồi sanh tử vậy.

Thuyết Thập nhị nhân duyên bao quát cả hai phương diện: khách quan và chủ quan. Khách quan, là cho rằng ngoài cái tâm của ta còn có cái thế gian mà ta có thể xúc tiếp và cảm giác được. Tuy thế gian ấy là ảo vọng nhưng ta vẫn cho là có, bởi vì các hiện tượng có thể cảm đến ta mà sinh ra cái tư tưởng của ta. Chủ quan, là cho rằng thế gian mà có là do sự xúc tiếp và sự cảm giác gốc ở lục căn. Nếu không có lục căn thì thế gian không thật là có nữa. Vậy gồm cả hai phương diện khách quan và chủ quan, thì ta có thể nói rằng: cái thế gian ảo vọng kia sinh ra tư tưởng, mà tư tưởng lại tạo tác ra thế gian ảo vọng vậy.

Khách quan là pháp, chủ quan là ngã; cả hai đều là một tấm dệt bằng ảo hình ảo tượng, không có gì là lâu bền chắc chắn cả. Muốn được giải thoát, muốn làm cho khỏi cái khổ ở thế gian, thì phải phá tan những ảo hình ảo tượng ấy đi để tới đến chỗ chân thật. Cái phương pháp để phá những sự ảo vọng đó, là ta phải lấy trí tuệ mà hiểu rõ sự ảo vọng của vạn vật, vì rằng vạn vật mà có là bởi cái tâm ta vọng nhận là có. Khi cái tâm đã rõ là vạn vật không chân thật là có, thì vạn vật là cái sở duyên của tâm tức là phần khách động, tự biến mất đi; mà rồi đến cái năng duyên của tâm; tức là phần chủ động cũng nhân đó mà biến mất. Vậy thế gian là ảo tượng, thì bậc hiền thánh có thể lấy cái trí của mình mà phá đi được; thế gian là cái yêu thích ham muốn, bậc hiền thánh có thể lấy sức mạnh của mình mà bỏ hết cái vui, cái khổ não đến cả các cảm tình, thì hết thảy những sự yêu thích ham muốn đều bỏ hết được. Bỏ hết cả mặt khách quan và mặt chủ quan thì vào *Niết-bàn*, tức là vào chỗ yên ổn và sáng suốt.

Đạo Phật sở dĩ có cái quan niệm ấy là vì xét thấy cả thế gian chỉ là một cuộc tương đối, một sự biến hóa vô thường, do các duyên cảnh mà thành ra chứ không có gì là chân thật. Ngay như người ta đây cũng chẳng có gì là chắc chắn, là thường định. Thân ta chỉ là sự biến hóa luôn, cái ngã kiến của ta cũng chỉ do ngũ uẩn là năm cái tích tụ lại mà thành ra. Năm cái ấy là sắc, thụ, tưởng, hành, thức. Sắc là cái hình thể, tức là phần hình hài vật chất; thụ là sự cảm xúc lĩnh nạp; tưởng là sự tưởng nhớ; hành là sự hành vi tạo tác; thức là sự hiểu biết. Năm cái ấy không có cái nào là thuần nhất, là thường định; cái nào cũng phiền phức, hỗn tạp. Nhưng cả năm cái ấy mà tích tụ lại thì nó tạo thành cái ngã, nghĩa là cái ta, xưng là ta. Cái ngã của ta như thế thì không có gì là xác định. Thế mà ta lại nhận cái ngã ấy là chân thật vĩnh viễn, thì há lại chẳng phải là một sự lầm lớn hay sao?

Ta phải hiểu rằng cái ngã nói đó là cái vọng ngã tương đối, vô thường, do cái duyên cảnh mà có chứ không phải là cái chân ngã tuyệt đối thường trụ. Muốn thấy rõ cái chân ngã tuyệt đối thì phải ra ngoài cuộc tương đối, mới có thể biết được. Đó là một điều rất uyên thâm trong học thuyết của phái Đại thừa, để lúc khác sẽ bàn.

Cứ theo cho đúng ý nghĩa thuyết Thập nhị nhân duyên thì thế gian chỉ là một cuộc tương đối và tương tục. Tương đối là vì cái này có, bởi có cái kia; tương tục là vì thế nọ nối tiếp thế kia, chứ không có thường định.

Xét về lý thuyết thì thuyết Thập nhị nhân duyên

giải quyết được vấn đề thế gian và sự sinh tử một cách hoàn bị hơn cả. Các học thuyết khác, hoặc Đông, hoặc Tây, xưa nay phần nhiều đã nghiên cứu về vấn đề vạn hữu trong vũ trụ, tuy vẫn có nhiều thuyết rất cao thâm uyên áo, nhưng thuyết nào cũng cho vạn vật có cái bản thể tự tại, dù có nói là vạn vật do cái nhân mà sinh khởi ra nữa thì cũng chỉ nói do các thứ nhân gốc ở cái tự thể rất vi ẩn mà thành ra các hiện tượng hiển lộ, chứ không ai nói cái tự thể ấy là nhân duyên. Bởi vậy cái kết thúc sự luận lý của các học thuyết ấy tất nhiên là phải nhận có một nhân sinh ra nhiều quả. Vạn vật đã do một nhân mà sinh ra thì phải nói là có một cái nguyên thỉ. Đã có cái nguyên thỉ tất phải có cái chung thỉ. Vì thế cho nên các tôn giáo khác và các nhà triết học không ai là không cố hết sức để nói cái nguyên thỉ của vạn vật, mà rút cục vẫn không phân giải được rõ ràng, rồi chỉ thấy cái thuyết của họ đi đến chỗ cùng mà không thông được.

Phật giáo chủ trương thuyết cho rằng hết thảy các pháp vốn không có tự thể, chỉ vì cái duyên tích tập mà sinh ra các hình tướng. Bởi thế cho nên suy lên đến thiên cổ về trước cũng không thấy vạn vật có thỉ, mà xét đến muôn đời về sau cũng không thấy vạn vật có chung. Vạn vật đã không có thỉ, không có chung, cho nên không cần phải miễn cưỡng nói cái nguyên thỉ của vạn vật, và cũng không cần phải biết cái chung thỉ của vạn vật. Hết thảy pháp đã không có tự thể, thì hết thảy sự vật ở trong vũ trụ đều không có cái tính nhất định kiên cố, thực tại và chỉ là tùy duyên mà động mà sinh.

Đó là phần lý thuyết rất hệ trọng ở trong đạo Phật. Đem lý thuyết ấy ứng dụng ở đời, thành ra có cái hiệu quả rất hay. Vì rằng vạn sự đã bởi cái duyên mà sinh ra, thì hễ duyên tốt là quả tốt, duyên xấu là quả xấu. Cái công lệ đã nhất định như thế, thì nói rằng: gây ra cái duyên làm điều lành, thì được cái quả khoái lạc, và tạo ra cái duyên ác nghiệt thì bị cái quả khổ não, là rất đúng. Như thế thì theo cái nghĩa câu: "Chư ác mạc tác, chúng thiện phụng hành"[1] thật là một điều rất quan thiết cho thế sự và rất hợp với tôn chỉ của Phật giáo.

Nói tóm lại, Phật giáo lúc đầu tuy không nói đến phần hình nhi thượng mà thành ra vẫn có phần hình nhi thượng, không phải là một môn triết học mà chính là có cái triết học rất cao. Bởi vì đạo của Phật có nhiều nghĩa lý rất đúng với tinh thần của triết học và lại lập ra thành một lý thuyết rất chính đáng đối với các quan niệm về vũ trụ, gồm có cả cái luân lý rất rộng, phổ cập khắp cả, và cái thánh đức rất linh diệu, thật đáng để cho vạn thế tôn sùng vậy.

Thưa các ngài,

Chỉ có một thuyết Thập nhị nhân duyên mà tôi đem ra nói đi nói lại mãi, là vì cái thuyết ấy là then là khóa của đạo Phật, bao hàm bao nhiêu nghĩa lý sâu xa, không sao nói cho xiết được. Cái thuyết ấy khó như thế, cho nên ngay từ lúc đầu khi đức Phật tổ *Thích-ca* mới đắc đạo, ngài thấy cái học thuyết của ngài khó hiểu, đã do dự không muốn đem ra thuyết

---
[1] Mọi điều ác không làm, mọi điều thiện xin làm hết.

giảng. Nhưng chỉ vì cái lòng từ bi bác ái, không nỡ để chúng sanh chìm đắm trong mê muội, tối tăm. Cho nên ngài mới đem cái đạo của ngài truyền bá ra ở thế gian để cứu độ chúng sanh. Cái đạo ấy lưu truyền đến ngày nay, trải qua bao nhiêu thế kỷ, có bao nhiêu những nhà hiền triết xưa nay đã đem hết tâm trí mà suy nghĩ tìm tòi, và đã công nhận là hay là phải, thì ta đây há lại không nên cố gắng mà hiểu lấy một đôi chút, gọi là cũng có một phần theo đòi về sự tìm cho ra cái chân lý.

Có một điều ta rất nên chú ý là đạo Phật chỉ cầu lấy trí tuệ mà hiểu biết, chứ không chủ lấy sự mê hoặc mà làm mờ tối người ta; cho nên chính đạo Phật là đạo chỉ có sự sáng suốt mà không có sự mê tín. Ai đem sự mê tín mà theo đạo Phật là người làm điều trái hẳn với đạo Phật. Vậy nên những người đã thật hiểu đạo Phật là không tin theo những điều huyễn hoặc vô lý, không làm những điều bất nhân phi nghĩa, hại đến thân tâm của mình. Chúng tôi mong rằng ai đã tin theo đạo Phật là người có cái tâm rất sáng suốt, có cái tự do về đường tư tưởng và có cái sức tự cường, tự lập mà xử kỷ tiếp vật. Nếu dân ta mà hiểu được như thế, và làm được như thế, thì sự tín ngưỡng đạo Phật không có sự làm xằng tin nhảm và lại rất có lợi cho sự tiến hóa của nhân quần xã hội về đường đạo lý và đường tri thức. Ấy là cái sở kiến của chúng tôi, và dám mong rằng cái sở kiến ấy không trái với cái hy vọng chung của tất cả mọi người chúng ta vậy.

Nam-mô A-di-đà Phật.

PHẬT GIÁO

Phật giáo Tiểu thừa và Đại thừa

Nam-mô A-di-đà Phật,

Thưa các ngài,

Thưa các giáo hữu,

Tôi đã đem những giáo lý chân chánh của đạo Phật bày tỏ ra ở hai bài trước, là cốt để các tín đồ biết rõ cái tôn chỉ đặc biệt của đạo Phật là ở cái thuyết nói về nhân, quả và duyên nghiệp.

Thế gian sở dĩ có, không phải là do cái ý chí một vị thần Tự tại nào tạo tác ra, mà chính là bởi cái duyên khởi mà sinh ra. Cái nhân do cái duyên mà thành cái quả, rồi cái quả lại do cái duyên mà hóa thành cái nhân, cứ luân lưu chuyển biến như thế mãi, gây ra sum la vạn tượng sinh tử vô thường, đầy nỗi đau buồn khổ não.

Phật biết rõ cái căn nguyên khổ não ở chỗ ấy, cho nên mới chuyển pháp luân để cứu độ chúng sinh ra ngoài cái cảnh khổ mà vào chỗ yên vui tịch tĩnh. Vì có sự khổ và có con đường giải thoát ra ngoài sự khổ mà thành ra một học thuyết, một tôn giáo rất trang nghiêm.

Đã là một tôn giáo, thì Phật giáo cũng như các tôn giáo khác, tất là có những quan niệm về vũ trụ, có những tư tưởng về hình nhi thượng quan hệ đến chân thể, đến thực tại v.v... Phật giáo lại có cái tính cách tự do về đường tư tưởng, cho nên về sau chia ra nhiều tông, nhiều phái. Các tông, các phái dù có nhiều chỗ kiến giải khác nhau, song không tông phái nào lại không lấy cái tôn chỉ của Phật đã dạy mà kiến thuyết và lập luận.

Vậy nay trước hết ta xét xem, sau khi Phật nhập diệt rồi, đạo pháp tiến triển và biến thiên ra sao, rồi sau xét những kiến giải và những tư tưởng của các phái khác biệt thế nào. Cũng nên biết rằng, đạo Phật đến ngày nay có thiên kinh vạn quyển, không thể lấy mấy chục trang giấy mà nói cho hết được. Ta chỉ cốt lược lấy cái đại cương, tóm tắt lấy những điều quan yếu mà nói, để người ta hiểu cái nguyên ủy của một tôn giáo ta đã sùng bái từ xưa đến nay.

Theo các kinh điển, thì ta biết rằng sau khi Phật *Thích-ca Mâu-ni* nhập diệt rồi, có năm trăm vị thượng tọa trưởng lão[1] mở cuộc kết tập lần đầu tiên ở trong động Saltapanni giữa rừng Nigradha gần thành *Vương-xá*,[2] tôn giả Đại *Ca-diếp*[3] được tôn lên làm chủ Tăng hội để giữ kỷ luật trong hội. Tôn giả Đại *Ca-diếp* lại cử tôn giả *A-nan-đà* đứng đầu việc tập họp lại những lời Phật đã dạy mà ghi thành bộ Kinh tạng,[4] vì khi trước Phật chỉ thuyết ra bằng miệng chứ chưa hề có sự ghi chép. Lại cử tôn giả *Ưu-*

---

[1] Sthaviras
[2] Radjagriha
[3] Mah Cacyapa
[4] Sutra

bà-ly[1] chủ trì việc soạn lại những giới luật của Phật đã định cho các môn đồ trong *Tăng-già*,[2] làm thành bộ Luật tạng.[3] Đại *Ca-diếp* tự chủ trì việc giảng giải ý nghĩa trong Kinh mà làm thành bộ Luận tạng.[4] Gọi chung cả Kinh tạng, Luật tạng và Luận tạng là Tam tạng.[5] Đó là theo sự tin tưởng thông thường ở trong Tăng giới, nhưng theo lời những nhà khảo cứu Phật học ngày nay, thì có người nói rằng mãi đến lần kết tập thứ ba vào đời vua *A-dục*[6] mới khởi đầu có Luận tạng.

Cách một trăm năm sau, trong Tăng hội có sự tranh luận về cách giữ giới luật và cách hành đạo. Tăng hội lúc bấy giờ chia ra làm hai phe, phe Thượng tọa trưởng lão[7] và phe Đại chúng.[8] Bên Thượng tọa trưởng lão chủ trương sự nghiêm giữ giới luật và bảo thủ lời Phật dạy, bên Đại chúng thì muốn dùng phương tiện khoan hòa mà tiến thủ. Các vị thượng tọa trưởng lão triệu tập cuộc kết tập lần thứ hai ở thành *Vệ-xá*, do Thượng tọa *Yaca* làm chủ tọa, để giải quyết sự bất hòa ấy. Cuộc kết tập ấy không có kết quả. Phái Thượng tọa trưởng lão vẫn giữ phương

---

[1] Upali

[2] Sangha

[3] Vinya

[4] Abhidharma

[5] Tripitaka

[6] Acoka (274-227 trước Tây lịch).

[7] Sthaviras, còn gọi là Thượng tọa bộ.

[8] Mahasamghikas, còn gọi là Đại chúng bộ.

diện bảo thủ và phái Đại chúng cứ giữ phương diện tiến thủ như trước. Mỗi bên đều tự nhận là chính tông, gọi bên kia là tà thuyết, hai bên cứ công kích nhau mãi.

Vào khoảng 280 năm sau khi Phật nhập diệt, tức là vào khoảng thế kỷ thứ 3 trước Tây lịch, vua *A-dục* rất sùng bái đạo Phật và lại nắm giữ bá quyền toàn xứ Ấn Độ, mới triệu tập cuộc kết tập lần thứ ba ở thành Ptaliputra. Nhưng cuộc kết tập này cũng như cuộc kết tập thứ hai, phái Thượng tọa trưởng lão và phái Đại chúng không dung nạp được nhau.

Cách cuộc kết tập thứ ba này độ chừng 200 năm, tức là vào khoảng bốn trăm năm sau Phật nhập diệt, khoảng thế kỷ thứ nhất trước Tây lịch, thì xuất hiện những tư tưởng hình nhi thượng học, nói ở trong một bộ sách phần nhiều làm bằng kệ, gọi là Kinh *Bát-nhã Ba-la-mật-đa*.[1] Sách ấy có đến 600 quyển, không biết là của ai làm, trước sau lấy những điều Phật dạy *Tu-Bồ-đề* làm căn bản, chuyên nói về Không luận. Từ đó cái mầm Phật giáo Đại thừa mỗi ngày một phát sinh ra.

Cách độ một trăm năm sau, tức là vào khoảng thế kỷ thứ nhất Tây lịch, có vua Kanishka người nước Nhục-chi, giữ bá quyền ở vùng Tây bắc Ấn Độ và lại rất sùng đạo Phật, mới triệu tập cuộc kết tập lần thứ tư ở thành Jalandhara, do hai Thượng tọa Prcya và Vasumitra làm chủ tọa, tức là cuộc kết tập cuối cùng. Lúc bấy giờ trong phái Thượng tọa trưởng lão

---

[1] Prajn Pramit Sutra

có 11 bộ, phái Đại chúng có 9 bộ. Các bộ ấy vẫn lẩn quẩn ở trong hai luận thuyết hữu và không. Các bộ bên Thượng tọa trưởng lão thì chủ trương hữu luận cho vạn pháp tuy là vô thường, nhưng vẫn là có, có một cách tương đối, không thể nói là không được.[1] Các bộ bên Đại chúng thì chủ trương Không luận, cho rằng vạn pháp tuy có, nhưng thật là không, vì vạn pháp không có tự tính.

Ngoài hai luận thuyết ấy, lại có một luận thuyết gọi là Trung luận[2] chủ trương cái thuyết chẳng hữu chẳng không. Đó là cái tình thế Phật giáo khi vua Kanishka mở cuộc kết tập lần thứ tư. Thuở ấy có ngài Mã Minh[3] là một bậc cao tăng, có tài đức lớn và lại thâm nhập tư tưởng sách *Bát-nhã Ba-la-mật-đa*, mới soạn sách "Đại thừa khởi tín luận" nói về *A-lại-da* thức[4] và chân như.[5]

Sau ngài Mã Minh lại có ngài Kiên Tuệ soạn cuốn "Pháp giới vô sai biệt luận" thuật lại cái tư tưởng của Mã Minh nói về lý thuyết của Đại thừa học phái.

Từ đó, trong Phật giáo có hai tông lớn là: Tiểu thừa[6] và Đại thừa.[7] Đại thừa nghĩa là cỗ xe lớn, ý nói tu theo hạnh *Bồ-tát* thì độ hết thảy chúng sanh; Tiểu

---

[1] Nên cũng gọi tên phái này là Nhất thiết hữu bộ.

[2] Madhayamikas

[3] Acyagosha

[4] Iayavijnna

[5] Tathta

[6] Hinayana

[7] Mahayana

thừa là cỗ xe nhỏ, ý nói ai tu thì tự độ lấy mình. Hai bên tuy phân biệt ra như thế, nhưng vẫn theo tông chỉ đạo Phật. Chỉ có điều, Đại thừa chủ trương chỉ cần theo đúng cái tinh thần trong lời Phật dạy mà tiến hóa; còn Tiểu thừa thì chủ trương giữ y nguyên theo đúng lời dạy của Phật ở trong các kinh, nhất thiết không được thay đổi. Một bên tự cho mình là hiểu rõ cái ý sâu xa của Phật, một bên tự cho mình theo đúng lời Phật dạy. Đó là chỗ khác nhau của hai phái Đại thừa và Tiểu thừa từ lúc đầu. Xem thế, thì trong khoảng năm trăm năm sau Phật nhập diệt, Phật giáo chỉ có học phái Tiểu thừa mà thôi, rồi đến khoảng thế kỷ thứ nhất Tây lịch trở đi, mới có học phái Đại thừa.

Học phái Tiểu thừa từ đầu vẫn dùng theo Tam tạng viết bằng tiếng Pli, là thứ tiếng thông dụng trong dân gian thuở ấy. Học phái này sau truyền về phái nam, như: đảo Tích Lan,[1] Miến Điện, Thái Lan, Kampuchia, Lào v.v... cho nên gọi là Nam tông. Còn học phái Đại thừa thì truyền về phía bắc, như: Népal, Tây Tạng, Mông Cổ, Trung Hoa, Việt Nam, Triều Tiên, Nhật bản .v.v... cho nên gọi là Bắc tông.

Hiện nay bên Phật giáo Tiểu thừa thì thờ đức *Thích-ca Mâu-ni* như một ông thầy lập giáo dạy chúng, chứ không thờ các vị Phật và *Bồ-tát* khác. Những người tu hành thì mặc áo vàng và cứ sáng ngày đi khất thực. Bên Phật giáo Đại thừa, thì đức *Thích-ca Mâu-ni* dần dần vào trong lý tưởng, trong

---

[1] Ceylan, nay là Sri Lanka.

thần bí, mà hóa thành một vị Phật như các vị Phật trong thần thoại. Bởi vậy các chùa Phật giáo Đại thừa thờ đức *Thích-ca Mâu-ni* lẫn với chư Phật và chư *Bồ-tát*. Những người tu hành bên Đại thừa mặc áo nâu, tự làm lấy mà ăn, không đi khất thực.

Khi Phật giáo Đại thừa hưng khởi lên thì đạo *Bà-la-môn* lại thịnh hành, phái Đại thừa mới dịch Kinh, Luật và Luận ra tiếng Phạn Sanskrit, là thứ tiếng triết học của đạo *Bà-la-môn* vẫn dùng từ xưa, cốt để dùng đồng một thứ văn tự cho dễ ứng phó với đối phương.

Sau ngài Mã Minh một trăm năm, có ngài Long Thọ[1] ra đời, truyền tụng kinh Hoa Nghiêm và soạn ra Trung luận, Thập nhị môn luận và Thập trụ luận để phát huy cái học thuyết của Phật giáo Đại thừa. Từ đó Phật giáo Đại thừa mới thật là thịnh đạt.

Ngài Long Thọ truyền cho hai người cao đệ là *Đề-bà*[2] và Long Trí. *Đề-bà* soạn bộ Bách luận. Sau đó, người ta lấy Trung luận và Thập nhị môn luận của Long Thọ và Bách luận của *Đề-bà* mà lập ra Tam luận tông, rồi đến luận sư Hộ Pháp chủ trương nói chư pháp giai không, chỉ có chân như là bất diệt. Lại có tông lấy kinh *Bát-nhã Ba-la-mật-đa* làm gốc mà lập ra *Bát-nhã* tông, có tên gọi là Tính tông hay Không tông. Tam luận tông, *Bát-nhã* tông hay Tính tông đều thờ đức *Văn-thù Bồ-tát*.[3]

---

[1] Nagardjuna

[2] Deva

[3] Manjucri Bodhisattva

Long Thọ lại truyền Mật giáo là một giáo lý bí mật cho Long Trí. Mật giáo truyền đến Kim Cương Trí thành ra Chân ngôn tông hay Mật tông, lấy phép tu trì bí mật làm chủ. Vào khoảng đời Đường bên Tàu, Thiện Vô Úy, Kim Cương Trí và Bất Không đem tông này truyền sang Tàu.

Cái học Không tông truyền đến Thanh Biện luận sư là người đồng thời với Hộ Pháp luận sư, theo tông chỉ của Long Thọ trong sách Trung quán luận mà làm sách "Đại thừa chưởng trân luận" để bác lại Tướng luận của Hộ Pháp luận sư. Sau Thanh Biện luận sư, có Trí Quang là người có tiếng trong cái học Không luận.

Vào khoảng thế kỷ thứ tư, tức là vào chừng một nghìn năm sau Phật nhập diệt, có hai anh em Vô Trước[1] và Thế Thân[2] làm cho học phái Đại thừa được tỏa sáng rực rỡ. Thế Thân là em Vô Trước, lúc đầu theo học phái Tiểu thừa, soạn sách *Câu-xá* luận, rồi sau chuyển sang theo học phái Đại thừa.

Về phương diện tôn giáo, Vô Trước và Thế Thân lấy đạo pháp *Du-già*[3] là cái học nguyên đã có từ trước để làm chỗ tu luyện. Cái học Du-già là phép tu cầu lấy sự giác ngộ của trí tuệ mà tiến đến chỗ giải thoát.

Vô Trước truyền tụng Du-già-sư-địa luận[4] và lấy sách ấy làm gốc mà lập ra Du-già tông hay là Duy

---

[1] Asangha

[2] Vasubhandha

[3] Yoya

[4] Yogacarya bhumi castra

Thức tông. Vô Trước còn soạn sách "Nhiếp Đại thừa luận" và "Kim cương *Bát-nhã* luận", theo Nhiếp Đại thừa luận của Vô Trước, thành ra Nhiếp Luận tông.

Thế Thân soạn sách "Duy thức luận" và "Kim cương *Bát-nhã* kinh luận".

Cái học của Vô Trước và Thế Thân truyền đến Hộ Pháp luận sư, làm sách "Duy thức thích luận" để giải thích cái nghĩa Du-già duy thức. Hộ Pháp truyền cho Giới Hiền là người đồng thời với Trí Quang đã nói ở trên.

Vào khoảng thế kỷ thứ bảy, Huyền Trang đời Đường sang Ấn Độ (629-645) có gặp ngài Trí Quang và theo học với ngài Giới Hiền trong mấy năm, rồi đem *Du-già* tông về truyền ở nước Tàu, gọi là Pháp Tướng tông.

Từ đó về sau, ở Ấn Độ, vì *Bà-la-môn* giáo hưng thịnh lên và bị Hồi giáo xâm lăng, cho nên Phật giáo mỗi ngày một suy kém, đến nỗi ngày nay chính ở Ấn Độ là chỗ phát tích của Phật giáo, không còn có Phật giáo nữa, chỉ còn có ở các nước chung quanh và những nước khác trên thế giới.

Đó là nói tóm tắt sự tiến triển và biến thiên của Phật giáo từ xưa đến nay. Ta thấy trong Phật giáo có nhiều tông, nhiều phái, mỗi một tông, một phái cố tìm một con đường khác nhau, để đi đến chân lý, nhưng cái tinh thần duy nhất của Phật giáo là cốt trông thấy rõ cái cảnh khổ ở trần gian và tìm cách giải thoát ra ngoài trần gian.

Về đường tinh thần và đạo lý của Phật giáo, thì lúc đầu Phật chỉ dạy về cái nghĩa duyên khởi, cho rằng hết thảy những vật đã sinh ra trong thế gian là đều bởi nhân duyên mà cấu thành, chứ không phải tự nhiên mà có. Một vật sinh ra có hình sắc, có sự hiểu biết và sự hành động là do sự tập hợp của ngũ uẩn là: sắc, thụ, tưởng, hành, thức. Sắc là phần hình hài do tứ đại là: địa, thủy, hỏa, phong, tức là cố thể,[1] dịch thể,[2] nhiệt[3] và khí[4] ngưng tập mà thành. Khi ở trong bụng mẹ, thì nhờ khí huyết của mẹ mà sống, đến lúc đã sinh ra thì ăn các thực chất để nuôi mình. Suốt cả đời cái thân ta nhờ những chất ta ăn vào để nuôi cho sống. Vậy cái hình hài ấy là chỗ ta mượn để nương tựa mà thôi, chứ không phải là ta.

Phần tâm của ta là: thụ, tưởng, hành, thức cũng là vay mượn cả. Thụ là sự nạp thụ những sự yêu thích, chê ghét; tưởng là sự tưởng nhớ, suy nghĩ, hành là sự hành động, tác dụng; thức là sự hiểu biết. Song thụ và tưởng phải tùy theo các giác quan và những ngoại vật do giác quan đã tiếp xúc để mang lại những chất liệu mà hành động, mà suy nghĩ. Cái thức mà có là vì có thụ và tưởng. Nếu không có thụ và tưởng, thì không có thức.

Vậy thân và tâm của ta chỉ là vay mượn mà thôi. Cái mà ta tưởng là ta chỉ là cái ta ngũ uẩn, do duyên

---

[1] Chất rắn

[2] Chất nước

[3] Hơi nóng

[4] Sự chuyển động

khởi mà thành, rồi lại tiêu tán đi, chứ không phải là cái chân ngã.

Những yếu tố như: sắc, thụ, tưởng, hành, thức đều là bởi sự tiến triển triền miên, hợp hợp, tan tan, vô thường vô định. Bởi vậy Phật nói rằng:

Hết thảy những tập hợp cấu thành là vô thường.

Những tập hợp cấu thành là khổ não.

Hết thảy những yếu tố cấu thành của vạn vật là vô ngã.

Vậy thế gian là cuộc biến hóa vô thường, có có, không không, lúc chìm, lúc nổi, đầy những nỗi đau buồn khổ não. Những nỗi đau buồn khổ não ấy tại sao mà có? Tại những duyên nghiệp lôi kéo ta vào cái cảnh khổ mà không có đường ra. Đó là cái thuyết nhân duyên trong hai diệu đế Khổ và Tập. Phật thấy rõ chỗ ấy, rồi dạy ta những cách làm cho dứt cái nhân duyên mà đi vào con đường giải thoát, ấy là hai diệu đế Diệt và Đạo. Đạo là Bát chánh đạo, là tám con đường chánh để ta noi theo mà thoát khỏi luân hồi, đạt đến *Niết-bàn*.

Phật chỉ dạy có bấy nhiêu mà thôi, chứ không nói rõ cái gì bị luân hồi hay vào *Niết-bàn*. Vì lẽ Phật có nhiều sở kiến riêng, nhưng Phật không đem ra bàn luận, sợ môn đồ lại quá đắm đuối vào những điều siêu việt miên man mà xao nhãng việc tìm cách giải thoát là cái chủ đích thiết thực của đạo Phật.

Điều ấy có thể thấy rõ trong các kinh điển rất cổ, như kinh Samayutta Nikaya nói rằng: "Một hôm

Phật cầm trong tay mấy cái lá cây, rồi hỏi các đệ tử rằng: 'Hỡi các đệ tử, mấy cái lá ta cầm đây và những lá trên cây trong rừng, bên nào nhiều hơn?'

"Các đệ tử đáp rằng: 'Lá Thế Tôn cầm trong tay ít hơn lá trên cây trong rừng.'

"Phật dạy: 'Hỡi các đệ tử, những điều ta biết nhiều như lá trong rừng vậy, còn những điều ta dạy các đệ tử chỉ như lá trong tay thôi. Tại sao có những điều ta không đem ra dạy các đệ tử? Vì những điều ấy không có ích lợi gì cho đạo giải thoát. Nó không làm cho các đệ tử bỏ được chuyện đời, không dứt được sinh tử mà tới chỗ yên vui, đến chỗ giác ngộ và *Niết-bàn*.'"

Kinh Majjhima Nikya nói: "Có một người hỏi Phật rằng: Một đức Phật dã thành chánh quả rồi, sau khi chết, còn có nữa hay không? Phật không đáp lại, và giải thích cái lẽ tại sao mà Phật không đáp. Phật nói rằng: Dù sau khi chết rồi, còn có Phật nữa hay không, không quan hệ gì. Chỉ có một điều rõ rệt là: có sinh, có lão tử và có những nỗi đau khổ, ta chỉ dạy cho biết cái căn nguyên, cái duyên do sự làm cho khỏi đau khổ và chỉ cho con đường đi đến chỗ giải thoát... Ta không nói sau khi chết rồi, Phật còn nữa hay không, là bởi vì điều ấy không quan hệ gì đến cái đạo của ta dạy là đưa đến chỗ tiêu diệt hết tình dục mà làm cho được yên vui, đến được *Niết-bàn*."

Xem như thế thì biết Phật chỉ cốt dạy cho ta biết con đường giải thoát mà thôi. Hễ ai theo con đường ấy mà giải thoát được, thì rồi sẽ thấy rõ chân lý ở trước mắt, cần chi phải dạy những điều có thể làm mê hoặc lòng người.

Nói rằng vào *Niết-bàn* là hết luân hồi, tức là thôi, không cấu tạo, hành động, nghĩa là không có những ý tưởng của ta thường có về thế giới và thân ta nữa. Thân ta sở dĩ có là vì có sự tập hợp của ngũ uẩn, vì có sự yêu thích, khát vọng và có tình dục. Những yếu tố ấy là ô trọc, là điên đảo mộng tưởng, nó làm cho ta cứ mắc vào cái lưới luân hồi. Hễ ta thấy rõ những yếu tố ấy, bỏ hết lòng yêu ghét, tiêu diệt hết những cái ô trọc và những điều vọng hoặc là vào *Niết-bàn*.

Vậy luân hồi là buộc nhân duyên và nghiệp chướng trói buộc, cho nên cứ phải sinh sinh hóa hóa mãi mà phải chịu hết mọi điều phiền não ở trong bể khổ. *Niết-bàn* là dứt được dây nhân duyên và nghiệp mà sang bến bên kia, được yên ổn, vui sướng.

Đó là cái quan niệm của tối sơ Phật giáo về luân hồi và *Niết-bàn*. Cũng vì có cái quan niệm ấy mà về sau học phái Tiểu thừa mới nói luân hồi và *Niết-bàn* là hai thể hữu và vô khác nhau. Hữu là cái có trong thế gian, tức là vạn vật. Cái có ấy tuy là vô thường vô định, cứ tiếp tục biến hóa luôn, hết kiếp nọ đến kiếp kia, nhưng vẫn là có, có một cách tương đối chứ không phải là cái có tuyệt đối. Dứt được cái hữu tiếp tục sinh hóa, thì vào *Niết-bàn* là cái vô.

Phật giáo Tiểu thừa còn phân ra hai thứ *Niết-bàn*: một là *Niết-bàn* trong đời sống của ta, vì có sự giác ngộ mà bỏ hết sự ảo vọng, hết lòng ham muốn, yêu thích, hết lòng sân nhuế. Hai là *Niết-bàn* sau khi chết rồi, ngũ uẩn lìa tan mà vào chỗ tịch mịch.

Cái quan niệm ấy của Phật giáo Tiểu thừa khác với cái quan niệm Phật giáo Đại thừa, cho thế gian như ta tưởng nghĩ, chỉ là cái kết quả sự tưởng tượng của ta mà thôi. Phật giáo Đại thừa nói rằng sự mê hoặc của ta và sự mờ tối của trí ta gây thành một ảo tượng giữa ta với thực tại. Sự thật thì thế gian và thực tại là một, chứ không có hai. Nói rằng trong thế gian có hữu và vô như bên Tiểu thừa là không đúng chân lý.

Phật đã nói: "Ai biết rõ cái hiện thực, thì không có hữu và vô, vì đã bất sinh bất diệt, thì cái ý tưởng hữu và vô chỉ là một mộng tưởng mà thôi." Luân hồi là mê hoặc, *Niết-bàn* là giác ngộ, hai phương diện của một sự thật.

Khi Phật đã đắc đạo ở dưới cây *Bồ-đề* và định đi thuyết pháp để cứu độ chúng sanh, ngài nói rằng: "Cửa bất sinh bất diệt phải mở rộng ra!" Cửa bất sinh bất diệt mở rộng ra, làm dứt hết sự cấu tạo hành động, bỏ hết các thuộc tính là nguồn gốc, cơ sở sự sinh tử, trừ hết lòng ham muốn khao khát, tiêu diệt hết các tình dục, ấy là được yên vui, tức là *Niết-bàn*.

Niết-bàn và thế gian là một. Những yếu tố có ở trong thế gian là có ở trong *Niết-bàn*, những yếu tố có ở trong *Niết-bàn* là có ở trong thế gian. Phật nói rằng: "Những yếu tố căn bản thật có của sự sinh hóa là không bao giờ tiêu diệt đi được. Những yếu tố không có ở trong thế gian là không có và không bao giờ đã có.[1] Những người tưởng có hữu và vô (hai cái tương đối), là không bao giờ hiểu được sự yên nghỉ của luân hồi. Nghĩa là: trong thái cực tuyệt đối, là cứu cánh *Niết-bàn*, các yếu tố đều biến mất. Những yếu tố ấy gọi là những cái ô trọc, hoặc là nghiệp báo, hoặc là sự sinh hóa của cá thể, hoặc là các yếu tố kết tập, đều biến mất cả. Song những yếu tố không có trong thái cực tuyệt đối, là không bao giờ đã có. Những yếu tố không có ấy giống như cái dây ở trong chỗ tối, người ta trông ra con rắn, đến khi đem đèn soi rõ, thì hết cả sự trông lầm và sự sợ hãi. Những yếu tố ấy gọi là ảo tượng, là ham muốn, là nghiệp báo, là sự sinh hoạt của cá thể, song theo đúng cái nghĩa tuyệt đối, thì không phải là sự có chân thật. Cái dây mà ta tưởng là con rắn, thì dù ở chỗ tối hay ở chỗ sáng, vẫn là cái dây, chứ không phải là con rắn.

Vậy thì cái mà ta gọi là hiện thực của vạn pháp là cái gì? Chính vì con ma vô thường, ta gọi là ngã, là hữu ngã nó ám ảnh, cho nên người ta mới tưởng trông thấy những bản chất khác nhau, kỳ thật những bản chất ấy không có, khác nào một người có bệnh đau mắt, tuy thật thì không có gì cả, mà lại trông thấy những sợi tóc, những con ruồi hay những vật gì khác nữa. Cho nên ngài Long Thọ nói rằng:

---

[1] Sách La Bhagavad-Git Ấn Độ giáo (Hindouisme) cũng nói rằng: "Cái có thật thì có mãi, không thể thôi không có được, cũng như cái không có, thì không bao giờ khởi phát ra có được."

Niết-bàn không phải là vô.
Tại sao có cái ý tưởng ấy?
Ta gọi Niết-bàn là tiêu diệt
Hết thảy những ý tưởng về hữu và vô.

Bao nhiêu những cái mà người phàm tục như chúng ta cho là thật, đều là không thật cả. Tuy những cái ấy không thật, nhưng không phải là không hẳn. Hiểu rõ chỗ ấy là *Niết-bàn*.

Niết-bàn không phải là tiêu diệt hết thảy, không phải là hoàn toàn hư vô, chỉ là một cái thể để trừ bỏ hết thảy những sự tạo tác của trí ta đã lầm lẫn mà gây ra.

Nói tóm lại, theo thuyết của Phật giáo Tiểu thừa thì luân hồi và *Niết-bàn* là hai thể khác nhau, mà theo thuyết của Phật giáo Đại thừa thì là chỉ có một.

Ta đã biết trong những lời Phật dạy, Phật có ý tránh đi những điều quá siêu việt, không nói đến. Phật chỉ nói rằng ta mắc phải luân hồi và ta có thể giải thoát được mà vào *Niết-bàn*. Vậy thì cái giải thoát được và vào *Niết-bàn* ấy, là cái gì? Theo thường thức của ta, thì cái ấy là thân ta và sự cảm giác, tư tưởng, hành động, tri thức của ta. Nhưng Phật đã nói cái ấy là cái vọng ngã do ngũ uẩn tập hợp mà thành ra cái cá nhân của ta, rồi đến khi chết, những phần tử ấy lại tan mất, không có gì là cái ngã của ta nữa. Như vậy thì cái mắc phải luân hồi hay vào *Niết-bàn* là cái gì, ta vẫn không biết.

Phật cho cái ấy là cái chân ngã bất sinh bất diệt,

không thể lấy sự suy luận tri thức mà hiểu được. Ta còn ở trong cái phạm vi tương đối, thì ta không sao biết được cái tuyệt đối, để rồi đến khi nào ta giải thoát ra ngoài cái phạm vi tương đối, thì bấy giờ ta sẽ trông thấy cái tuyệt đối rõ như trông thấy mặt trời vậy.

Ta biết sự sinh hóa ở thế gian giống như những đợt sóng ngoài bể nhô lên rồi chìm xuống. Những sóng ấy là những hiện tượng chốc lát vô thường, tự nó không có thực tính. Song ta biết sóng là sự biến hóa của nước. Vì vậy ta muốn biết vạn vật là sự biến hóa của cái gì. Đã hay rằng các hiện tượng trong thế gian là do nhân duyên sinh ra, nhưng cái gì mắc phải nhân duyên mà thành ra vạn tượng? Đó là một câu hỏi cứ lẩn quẩn ở trong trí não người ta.

Theo *Bà-la-môn* giáo, thì hoặc nói cái bản thể của vạn vật do sự hô hấp của *Brahman*, như lúc tỉnh, lúc mê mà sinh hóa ra vạn tượng; hoặc nói các vị thần tự tại làm chủ tể cả vũ trụ mà tạo tác ra vạn vật v.v... Phật giáo Đại thừa bài bác những thuyết ấy, rồi lập ra những thuyết hình nhi thượng, như Không luận, Tam thân luận, *A-lại-da* thức luận, Chân như luận và Lục đại luận, để giải thích cái bản thể của vũ trụ.

Không luận là cái thuyết nói cái thể Thái hư[1] là nguồn gốc của vũ trụ. Thuyết này căn bản ở sách *Bát-nhã Ba-la-mật-đa* là sách lấy lời Phật dạy *Tu-Bồ-đề* về tánh Không mà mở rộng ra, lập thành cái lý thuyết cho vạn pháp đều gốc ở cái không.

---
[1] Sunyata

Tu-Bồ-đề[1] là một cao đệ của Phật, nói trong kinh *Tăng-nhất A-hàm* rằng: "Pháp pháp tự sinh, pháp pháp tự diệt, pháp pháp tương động, pháp pháp tự tức... Pháp pháp tương loạn, pháp pháp tự tức, pháp năng sinh pháp... Nhất thị nhất thiết sở hữu giai qui ư không: vô ngã, vô nhân, vô mạng, vô sĩ, vô phu, vô hình, vô tượng, vô nam, vô nữ..." (Các pháp tự sinh, các pháp tự diệt, các pháp tự động lẫn nhau, các pháp tự nghỉ... Các pháp tự loạn lẫn nhau, các pháp tự nghỉ, pháp có thể sinh ra pháp... Như thế là hết thảy cái có đều về cái không: không ta, không người, không mệnh, không sĩ, không phu, không hình, không tượng, không nam, không nữ...)

Kinh *Bát-nhã Ba-la-mật-đa* gọi cái không ấy là Sunyata, tức là Thái hư, mà xét về cái nghĩa cùng tột là Thái cực. Sunyat là cái thể tuyệt đối tự tính trống không mà chứa đầy những tiềm thế để sinh hóa.

Không luận của Phật giáo Đại thừa nói trong kinh *Bát-nhã Ba-la-mật-đa* giống như cái thuyết của hai học phái Số học[2] và Du-già[3] của đạo *Bà-la-môn* thời xưa. Những học phái ấy nói rằng trong vũ trụ có hai thực thể gọi theo tiếng Phạn là *Purusa*[4] và *Prakrti*.[5] *Purusa* là thần lý, là tinh lực, tự tính thường trụ, bất sinh bất diệt, bản thể rất tĩnh mịch

---

[1] Subhuti

[2] Samkhya

[3] Yoya

[4] Hán dịch là Nhân ngã (人我).

[5] Hán dịch là Bản tính (本性).

và sáng suốt. *Prakrti* là linh khí, là tinh chất có khi tĩnh, có khi động: tĩnh thì im lặng, không có gì cả, động thì biến hóa ra trời đất và vạn vật, tức là phát hiện ra vạn pháp ở trong thế gian.

Purusa là cái linh quang minh giác ở trong vũ trụ, tức là cái Đại ngã thường trụ tự tại, nhưng vì có lúc mê muội mà theo sự biến hóa của *Prakrti* và gây thành cái vọng ngã vô thường vô định, có sinh có tử. *Prakrti* dựa vào *Purusa* mà sinh hóa ra vạn pháp. Vạn pháp đã sinh ra, thì bất cứ pháp nào cũng phải trải qua bốn thời kỳ là: thành, trụ, hoại, không, nghĩa là có thời sinh, thời lớn, thời già yếu, thời chết. Chết thì trở về cái thể Sunyat, rồi mỗi pháp lại theo cái duyên cái nghiệp của mình đã tạo ra mà sinh hóa mãi. Chỉ trừ khi nào cái Đại ngã tỉnh ra, thấy rõ sự ảo vọng của tạo hóa, tức là thấy rõ sự sinh hóa của *Prakrti* là mậu ngộ, thì bấy giờ là giải thoát và lại yên tĩnh và vui sướng.

Vậy theo cái thuyết Không luận của Phật giáo Đại thừa thì vạn pháp sở dĩ có là do ngũ uẩn. Song ngũ uẩn chỉ là những yếu tố hợp hợp tan tan, vô thường, vô định, tự nó không có thực thể. Bởi vậy Tâm kinh *Bát-nhã Ba-la-mật-đa* của chư tăng bên Phật giáo Đại thừa ngày ngày thường tụng niệm nói rằng: *"Sắc bất dị không, không bất dị sắc; sắc tức thị không, không tức thị sắc. Thụ, tưởng, hành, thức, diệc phục như thị."* (Sắc chẳng khác không, không chẳng khác sắc; sắc là không, không là sắc. Thụ, tưởng, hành, thức cũng đều như thế.) Nói như thế là ngũ uẩn đều không cả.

Vậy theo cái lý thuyết ấy thì các hiện tượng cứu cánh là không. Nhưng cái không của Phật học không phải là cái không tuyệt đối hư vô. Cái không ấy chỉ là cái thể hư linh, tức là cái thể có đầy tiềm thế để động thì sinh hóa, mà tĩnh thì tịch mịch im lặng.

Cái hư linh ấy *"bất sinh, bất diệt, bất cấu, bất tịnh, bất tăng, bất giảm"* (không sinh, không diệt, không cáu bẩn, không trong sạch, không thêm, không bớt). Đó là cái không tướng của các pháp. Vì vậy cho nên nói rằng trong Thái hư không có ngũ uẩn; không có lục căn; không có trần lục, không có lục cảnh;[1] không có thập nhị nhân duyên mà cũng không có việc dứt hết Thập nhị nhân duyên; không có Tứ thánh đế, không có trí, không có đắc. Bậc *Bồ-tát* hiểu được chỗ ấy cho nên lòng không vướng víu chướng ngại, không sợ hãi, xa lìa những điều điên đảo mộng tưởng, đạt cứu cánh là *Niết-bàn*. Chư Phật trong ba đời[2] hiểu được chỗ ấy, cho nên mới được *A-nậu-đa-la Tam-miệu Tam-Bồ-đề*, tức là được Vô thượng Chánh đẳng Chánh giác.

Thuyết ấy đúng như lời *Tu-Bồ-đề* đã nói: "Nhất thiết sở hữu giai qui ư không." Song một lý thuyết trừu tượng rất cao như thế, những người thường làm sao mà hiểu được, vậy nên về sau các nhà hiền triết trong phái Đại thừa biểu diễn cái ý tưởng ấy ra những danh hiệu có vẻ cụ thể để người ta dễ hiểu, và

---

[1] Nhãn giới, nhĩ giới, tỉ giới, thiệt giới, thân giới, ý thức giới.
[2] Quá khứ, hiện tại, tương lai.

Sunyta thành ra vị tối sơ Phật gọi là *Adi-Bouddha* v.v... Đó là về phương diện tôn giáo, sẽ nói đến sau.

Tam Thân luận cho rằng vũ trụ là một cuộc đại hoạt động của hiện tượng tự thân. Hoạt động từ vô thỉ đến vô chung nối tiếp mãi như những đợt sóng ngoài biển. Nhân có hoạt động mới có sinh diệt chuyển biến. Nếu không có hoạt động thì không chuyển biến, tức là không có vạn tượng, không có vũ trụ.

Vạn tượng tự thân là cái thể duy nhất trong vũ trụ, tức là nguồn gốc của vũ trụ. Cái hiện tượng tự thân ấy gọi là Pháp thân. Phật, thánh, phàm đều nương tựa vào đó mà có. Về phương diện tuyệt đối, thì Phật là Pháp thân. Pháp thân biến hóa ra các thân khác.

Theo thuyết ấy, thì Phật có ba thân là: Pháp thân, Báo thân và Ứng thân.

Pháp thân là lý pháp tụ tập lại mà thành thân, tức là lấy pháp tính làm thân. Pháp tính không phải là sắc chất và cũng không phải là thần trí, mà đầy khắp cả vũ trụ, đâu đâu cũng có, không sinh không diệt, lúc nào cũng thường trụ, thuần nhiên là diệu lý chân thật, thanh tịnh. Vạn pháp phải nương vào đó mà có, vạn đức phải tụ lại đó mà thành.

Báo thân là phần lớn, phần tốt về phúc đức, và trí tuệ của Pháp thân tích tụ lại làm thân mà được cái quả báo viên mãn. Báo thân lúc nào cũng nương vào Pháp thân, không bao giờ gián đoạn, tức là trí tuệ khế hợp với lý để đối với mình và với người mà thụ dụng, cho nên còn gọi là Thụ dụng thân.

Ứng thân là cái thân tùy loại mà hóa hiện ra sắc thân để phổ ứng quần cơ, tu thành chánh giác mà thuyết pháp độ chúng. Vì thế có khi gọi là Hóa thân hay là Biến hóa thân.

Nói tóm lại, Pháp thân là chỉ cái thể sở chứng được Báo thân và Ứng thân là chỉ cái dụng, nhờ có cái thể mà phát hiện ra. Vậy nên tuy nói là ba thân, nhưng thật là chỉ có một thể, một thể tức là một Phật.

Một Phật, nghĩa là một cái minh giác linh diệu, chung khắp cả vũ trụ. Cái minh giác linh diệu ấy lưu chuyển phát hiện ra các thân khác, tức là thành ra chư Phật. Do cái phúc đức trí tuệ hay là do sự biến hóa phổ ứng ở đời thì có nhiều Phật, mà do cái thuần lý thì chỉ có một Phật. Một mà hóa ra nhiều, nhiều mà vẫn là một. Vì có thuyết ấy, cho nên về mặt tôn giáo, người ta nói rằng tuy Phật có nhiều thân, nhưng đều là một thể cả.

"*A-lại-da* thức luận" là cái thuyết lấy bát thức làm căn bản. Nguyên trong Phật giáo Tiểu thừa chỉ nói có lục thức là những thức do lục căn mà ra như: nhãn thức, nhĩ thức, tỉ thức, thiệt thức, thân thức và ý thức. Phật giáo Đại thừa thêm vào hai thức là: *mạt-na* thức[1] và *a-lại-da* thức,[2] gọi tất cả là Bát

---

[1] Mana vijnma

[2] Alaya vijnna

thức. *Mạt-na* thức là cái thức cầm giữ lấy chỗ thấy biết, tức là sự nhận thức tự thân mình. *A-lại-da* thức là cái thức gồm chứa hết thảy các pháp.

Theo sách Đại thừa khởi tín luận của ngài Mã Minh thì *A-lại-da* thức là chỗ hòa hợp bất sinh bất diệt và sinh diệt. *A-lại-da* thức có hai nghĩa: một là Nhiếp nhất thiết pháp, hai là Sinh nhất thiết pháp.

A-lại-da thức bao hàm hết thảy những chủng tử của chư pháp và phát hiện được hết thảy những năng lực vô hạn của vạn tượng. Cho nên cái căn thân của ta vừa phát sinh ra là nó bao hàm cả khách quan giới (vạn vật). Khách quan giới thiên sai vạn biệt là do chủ quan giới (tâm), có ý thức tác dụng mà ra. Nếu ta không có trí giác thì vạn vật cũng không có. Vậy vũ trụ mà có là vì có sự nhận thức.

Nói thế, không phải là nói vạn vật mà ta cảm giác được không có bản chất. Vạn vật của ta cảm giác vẫn là thực tại, mà cái bản chất của thực tại ấy không ngoài những chủng tử *A-lại-da* thức. Những chủng tử ấy do bảy thức kia phân biệt khách quan hiện tượng mà thành ra, rồi chứa cả vào *A-lại-da* thức.

Khi cái chủng tử đã gieo vào *A-lại-da* thức rồi, nó triển chuyển vô cùng. Bao nhiêu những sự động tác do tâm khởi lên, bao nhiêu những sự tác dụng của chủ quan đều là cái phản hưởng của khách quan. Cái phản hưởng ấy lại dẫn khởi bao nhiêu thứ động tác khác, làm thành ra sanh tử luân hồi, chẳng bao giờ ngừng.

Chủng tử có hai thứ: một là hữu lậu chủng tử, hai là vô lậu chủng tử. Hữu lậu chủng tử bị duyên nghiệp lôi kéo, phải sanh tử, đúng với hai diệu đế Khổ và Tập. Vô lậu chủng tử đối với ngoại giới biết là hư vọng, cho nên không để tâm vọng động. Ấy là nguyên nhân sự giải thoát, đúng với hai diệu đế Diệt và đạo.

Vậy thì *A-lại-da* thức là căn bản của hiện tượng giới. Từ vô thỉ, *A-lại-da* thức đã bao tàng các chủng tử. Hiện tượng giới do những chủng tử ấy mà phát hiện ra. Hiện tượng đã phát hiện thì lại kích thích, tự thức, làm cho lại phát sinh duyên mới, dẫn đến chỗ tác dụng. Như thế chủng tử cùng hiện tượng làm nhân làm quả cho nhau mãi, mà làm cho hiển hiện vạn tượng.

Vậy do hữu lậu chủng tử vọng động mà sinh hóa là luân hồi, do vô lậu chủng tử giữ cho tâm không vọng động là *Niết-bàn*.

Chân như luận là một thuyết tuyệt đối duy tâm, cho rằng hết thảy đều do tâm tạo ra. Toàn thể vũ trụ lấy tâm làm tự thân.

Tâm là gì? Nói rằng là không hay là có, là hữu tướng hay là vô tướng, đều không đúng cả. Tâm không thể nào biết được, chỉ nên suy xét về hai phương diện động và tĩnh mà thôi. Tâm động là cửa của sinh diệt, tâm tĩnh là cửa của chân như.[1] Chân

---

[1] Tathta

như là bản thể của thế giới, thế giới tuyệt đối và bình đẳng. Sinh diệt là hiện tượng của thế giới, thế giới tương đối là vô thường.

Bản thể của tâm là thường trụ bất động, bởi tại vô minh làm duyên, khiến tâm hốt nhiên khởi niệm và vọng động, thành ra thiên sai vạn biệt, tức là sinh diệt. Tâm thể chân như đã vì vọng niệm mà dao động là *A-lại-da* thức, mở nguồn cho hết thảy hiện tượng.

Chân như tuy bị vô minh kích thích mà dao động, nhưng trong động vẫn có tĩnh, tĩnh không rời động. Chân như ở trong sinh diệt mà vẫn ngoài sinh diệt.

Tâm thể là tĩnh, bày ra hiện tượng là động. Vạn tượng của thế giới đều do tâm thể hoạt động mà hiển hiện ra. Tâm thể cùng với vạn tượng không lìa nhau, mà cũng không cùng nhau là một. Tâm thể là vạn tượng quan hệ với nhau như nước với sóng. Nước với sóng tuy khác nhau về hiện tượng, nhưng vẫn là một thực thể.

Đối với tông chỉ Phật giáo, thì động hay là sinh diệt hợp với hai diệu đế Khổ và Tập: tĩnh hay là không sinh diệt hợp với hai diệu đế Diệt và Đạo. Phương diện trước nói về nguyên nhân phát triển của hiện tượng, phương diện sau nói về nguyên nhân giải thoát.

Đối với thuyết *A-lại-da* thức, thì *A-lại-da* thức là một vai diễn trên sân khấu chân như. Đây thì nói chân như tự thân là một vai diễn.

Lục đại luận nói căn nguyên của vũ trụ là Lục

đại.[1] Lục đại là sau nguyên tố: địa, thủy, hỏa, phong, không,[2] thức, tức là đem hai nguyên tố không và thức thêm vào Tứ đại.

Thân ta do Tứ đại mà có, tâm ta do không và thức mà có. Vũ trụ bản thể cũng chỉ là Lục đại đó mà thôi.

Tứ đại là phần vật, không và thức là phần tâm. Theo thuyết này, thì thực tại là hoạt động lực, mà hoạt động lực là bản thể của tâm. Rút cục, thuyết Lục đại này cũng khuynh hướng về thuyết duy tâm. Vì vật và tâm tuy là hai, nhưng đó là do tri giác của ta phân biệt ra mà thôi, chứ bản thể của thực tại vẫn cốt ở tâm, là tuyệt đối.

Vật đối với tâm như sóng đối với nước. Sóng với nước không lìa nhau. Sóng tức là nước. Vật và tâm cũng không lìa nhau. Vật là một phương diện của thực tại. Vậy vật và tâm cùng biểu thị thực tại, cho nên gọi chung là nhất như.

Ta đây là do Lục đại kết hợp mà có. Lục đại ly tán thì ta không còn. Còn và mất chẳng qua là một cuộc đổi thay của Lục đại.

Lục đại kết hợp và ly tán kết hợp làm thành vũ trụ hoạt động. Lìa Lục đại ra không có vũ trụ. Chân như là tự thân của Lục đại, do lý tính của ta trừu tượng ra mà thôi.

---

[1] Mahbhustas

[2] Không gian

Ngoài sự vật mới tìm được thực thể. Nhưng lìa vật ra, không có lý được, lìa hiện tượng ra, không có thực thể được.

Thánh phàm khác nhau, thiện ác phân biệt ở nơi biết hay không biết rõ chân như với hiện tượng.

Nói tóm lại, những luận thuyết nói ở trên là tóm tắt cái học hình nhi thượng của Phật giáo Đại thừa nghiên cứu về cái chân thể của vũ trụ và chân tướng của thực tại. Vì có cái học hình nhi thượng ấy co nên về mặt tôn giáo, bên Phật giáo Đại thừa có nhiều chỗ khác với Phật giáo Tiểu thừa.

Về phương diện tôn giáo, thì Phật giáo Đại thừa lấy lý thuyết Không luận và Tam thân luận làm căn bản. Cái thể Thái hư trong Không luận thành ra vị Phật gọi là *Adi-Bouddha*, Hán dịch là Bản sơ Giác giả, hay là Bản sơ Bản Phật. Có khi lại gọi là Tối thắng Phật hay là Tối thượng thắng Phật.

Adi-Bouddha lại tự năm cái trí của mình mà hóa ra năm vị *Dhyani-Bouddha*, là những vị Phật chỉ có trong thần thoại mà thôi, chứ không giáng sinh xuống trần thế, trái với những vị *Manushi-Bouddha*, tức là những vị Phật dã sinh ra ở trần thế, rồi tu thành Phật, như các vị cổ Phật và đức Phật *Thích-ca Mâu-ni*.

Năm vị *Dhyani-Bouddha* ấy là:

1 Đại Nhật Như Lai hay là Phật *Tỳ-lô-giá-na*,[1]

---

[1] Vairotshana

ở trung ương, tức là Thường trụ Tam thế diệu pháp thân.

2 Bất Động Như Lai hay là Phật A-súc[1] ở đông phương, tức là Kim cương kiên cố tự tính thân.

3 Bảo Sinh Phật,[2] ở nam phương, tức là Phúc đức trang nghiêm thánh thân.

4 Vô Lượng Thọ Phật,[3] có tên gọi là Vô Lượng Quang Phật,[4] ở tây phương, tức là Thụ dụng trí tuệ thân.

5 Bất Không Thành Tựu Phật,[5] ở bắc phương, tức là Tác biến hóa thân.[6]

Năm vị *Dhyani-Bouddha* ấy là do tự tính luân thân của mình mà hóa ra năm vị *Dhyani-Bodhiasattva*, là:

1. Phổ hiền Bồ-tát (Samanbhadra Bodhisattva).

2. Kim cương thủ Bồ-tát (Vajrapni Bodhisattva).

3. Bảo thủ Bồ-tát (Ratnapâni Bodhisattva).

---

[1] Akshobya

[2] Ratnasambhava

[3] Amitiyus

[4] Amitbha

[5] Amoghasidhi

[6] Có sách nói rằng theo cái học bí truyền thì Đại nhật Như Lai biểu thị Brahma, Bất động Như Lai biểu thị Purusa (Dương), Vô lượng thọ Phật biểu thị Prakrti (Âm), Bảo Sinh Phật biểu thị Thái dương (Dương nhiều âm ít) và Bất Không Thành Tựu Phật biểu thị Thái âm (Âm nhiều dương ít).

4. Quan thế âm Bồ-tát (Avalokites vara Bodhisattva).

5. Văn thù Bồ-tát (Manjucri Bodhisattva).

Những vị *Dhyani-Bouddha* và *Dhyani-Bodhisattva* ấy sau thành ra chư vị Phật và *Bồ-tát* trong thần thoại, người ta tụng niệm và thờ cúng ở các chùa chiền.

Sự thờ cúng ấy, tùy theo từng tông phái mà thêm bớt hay chuyên thờ một vài vị, như Chân ngôn tông thì chuyên thờ đức Đại Nhật Như Lai và Phổ Hiền *Bồ-tát*; Tịnh Độ tông là một tông phổ thông hơn cả thì thờ hết thảy chư Phật và chư Bồ-tát, nhất là thờ đức Phật Vô Lượng Thọ, tức là đức Phật *A-di-đà* và đức Phật *Thích-ca Mâu-ni*.

Theo lý thuyết Tam thân, thì Đại thừa học phái cho hết thảy chư Phật đều là một pháp thân cả. Đức *A-di-đà* là Báo thân của Phật và đức *Thích-ca Mâu-ni* là Ứng thân của Phật. Hay là nói ngược lại: đức *Thích-ca Mâu-ni* đã thành Phật là được cái Pháp thân của Phật, cái đời ngài hiện ra ở thế gian mà thuyết pháp và giáo hóa chúng sanh là Ứng thân của Phật; đức *A-di-đà* ở Tây phương Cực Lạc, hưởng thụ sự yên vui và cứu độ chúng sanh là Báo thân của Phật. Hay là nói như cái thuyết của Chân ngôn tông: đức Đại Nhật Như Lai là Pháp thân của đức *Thích-ca Mâu-ni*, đức *A-di-đà* là Báo thân của đức *Thích-ca Mâu-ni*, đức *Thích-ca Mâu-ni* là Ứng thân của đức Đại Nhật Như Lai.

Vậy xét về Pháp thân, thì chư Phật là đồng một thể, tức là chỉ có một Phật mà thôi, mà xét về Báo thân, thì có đức *A-di-đà* và chư Phật khác, và xét về Ứng thân, thì có đức *Thích-ca Mâu-ni* cùng chư Phật khác đã giáng sinh mà tu thành chánh giác. Ví như trong thế gian chỉ có một mặt trăng là Pháp thân, cái ánh sáng của mặt trăng chiếu khắp thiên hạ là Báo thân, và những bóng mặt trăng hiện ra ở dưới những vũng nước là Ứng thân.

Bởi có cái thuyết Tam thân ấy, cho nên đạo Phật nhận có nhiều Phật ở đời quá khứ, hiện tại và vị lai. Các kinh của Phật giáo Đại thừa nói rằng trong một trụ kiếp có một ngàn vị Phật giáng thế để thuyết pháp mà cứu độ chúng sanh.

Trong số chư Phật đã giáng sinh ở thế gian mà tu thành chánh quả, thì các kinh chép rõ danh hiệu của bảy vị. Ba vị trên thuộc về cuối Trang Nghiêm kiếp là một tiểu kiếp quá khứ trong trụ kiếp này, và bốn vị dưới thuộc về Hiền kiếp là tiểu kiếp hiện tại.

Bảy vị cổ Phật ấy là:

1. *Tỳ-bà-thi Phật* (Vipacyin Bouddha).

2. *Thi-khí* Phật (Cikhin Bouddha).

3. *Tỳ-xá-phù* Phật (Vicvabhu Bouddha).

4. *Câu-lưu-tôn* Phật (Krakutchhanda Bouddha).

5. *Câu-na-hàm-Mâu-ni* Phật (Kanaka muni Bouddha).

6. *Ca-diếp* Phật (Kacyapa Bouddha).

7. *Thích-ca Mâu-ni* Phật (Cakya muni Bouddha).

Còn vị Phật thứ tám sẽ là đức *Di-lặc*[1] tức là vị Phật tương lai.

Phật giáo Đại thừa có hai tông là Tịnh Độ tông và Thiền tông, tuy cách tu hành khác nhau, nhưng vẫn đi đôi với nhau và thịnh hành hơn hẳn các tông khác.

Tịnh Độ tông chú trọng sự lễ bái và tụng kinh niệm Phật, để khi mệnh chung, ai có công đức và duyên nghiệp tốt thì được *Di-đà* tam tôn là Phật *A-di-đà*, *Bồ-tát Quán-thế-âm* và *Bồ-tát Đại-thế-chí* độ về sinh ở Tây phương Cực lạc, tức là cõi Tịnh độ, trong sạch yên lặng, trái với cõi *Ta-bà* thế giới là cõi trần tục ô uế của ta ở đây.

Tịnh Độ tông dùng các phương tiện để giúp số đông người dễ tin mà đi vào đạo. Nhưng những người đã xuất gia tu hành thì phải tu Thiền học, nghĩa là theo giáo chỉ của Thiền tông.

Phật giáo Đại thừa chia cách tu đạo ra làm hai: một là theo Tiệm giáo, là phép tu phải tu lâu đời, rồi dần dần mới được đạo. Phép tu này phù hợp với đại đa số hết thảy mọi người, ai ai cũng có thể tùy sức mình mà dần dần tu tập. Hai là theo Đốn giáo, là phép tu đốn ngộ, giúp người ta có thể được đạo nhanh chóng, tức thời. Nhưng phép tu này chỉ hợp cho những người có căn cơ, trí lực mạnh mẽ.

---

[1] Maitreya

Thiền tông dùng phép tu Thiền-na[1] thuộc lối Đốn giáo, không dùng văn tự để truyền giáo. Kinh Đại Phạm thiên vương vấn Phật quyết nghi nói rằng: "Một hôm đức Phật *Thích-ca Mâu-ni* hội các đệ tử trên núi Linh Thứu, rồi cầm một cành hoa mà đưa lên trước cả chúng hội, không nói gì cả. Trong chúng đều yên lặng không hiểu gì, chỉ có ngài Đại *Ca-diếp* nhìn lên mỉm cười. Phật nói rằng: Ta có Chánh pháp nhãn tạng, *Niết-bàn* diệu tâm, nay phó chúc cho Ma-ha *Ca-diếp*."

"Chánh pháp nhãn tạng" là khả năng nhìn thấu các pháp do đã chứng ngộ chánh pháp. "*Niết-bàn* diệu tâm" là tâm mầu nhiệm cùng thể với *Niết-bàn*. Xem thế thì biết sự giác ngộ lại có chỗ chỉ bậc thượng căn tự hiểu lấy, chứ không thể dùng lời mà truyền dạy.

Khi Phật sắp nhập diệt, truyền y bát cho Đại *Ca-diếp* làm Tổ thứ nhất của Thiền tông. Tổ *Ca-diếp* truyền lại cho *A-nan*, rồi truyền dần đến đời thứ 28 là Tổ *Bồ-đề Đạt-ma*[2].

Vào khoảng năm đầu niên hiệu Phổ thông đời vua Lương Vũ Đế[3] ở Nam triều, *Bồ-đề Đạt-ma* đi đường biển sang Quảng Châu, Trung Hoa. Vua Vũ Đế nhà Lương liền mời lên Kiến Nghiệp, tức là thành Nam Kinh bây giờ. *Bồ-đề Đạt-ma* nói chuyện với vua, vua chẳng hội được diệu lý, ngài liền bỏ lên Tung sơn, ở

---

[1] Dyana

[2] Bodhidharma

[3] Tức năm 520 Tây lịch.

chùa Thiếu Lâm thuộc đất Bắc Ngụy, ngồi yên suốt 9 năm chỉ nhìn vào vách đá.

Bồ-đề Đạt-ma sau đem Thiền tông truyền cho Huệ Khả. Vì vậy, ngài là Tổ thứ nhất của Thiền tông Trung Hoa, Huệ Khả là Tổ thứ hai. Yếu chỉ "vô ngôn" của Thiền học lại tiếp tục được truyền lại cho nhiều đời sau nữa: Tăng Xán là Tổ thứ ba, Đạo Tín là Tổ thứ tư, Hoằng Nhẫn là Tổ thứ năm, Huệ Năng là Tổ thứ sáu.

Ngài Huệ Năng họ Lư, sanh vào đầu đời nhà Đường.[1] Thuở nhỏ mồ côi cha, kiếm củi mang ra chợ bán, nuôi mẹ rất có hiếu. Một hôm nghe người tụng kinh Kim Cang, tự nhiên khai ngộ. Liền đến núi Hoàng Mai ở Kinh Sơn ra mắt Ngũ tổ Hoằng Nhẫn. Tổ biết là người khác thường nên thâu nhận, tạm cho vào coi việc giã gạo.

Cao đệ của Ngũ tổ lúc ấy là Thần Tú, vâng lời thầy làm bài kệ trình chỗ sở đắc rằng:

Thân thị Bồ-đề thụ,

Tâm như minh kính đài.

Thời thời cần phất thức,

Vật sử nhạ trần ai.[2]

---

[1] Ngài sanh ngày 8 tháng 2 năm 638, tức là năm Trinh Quán thứ 12, đời Đường Thái Tông.

[2] Tạm dịch: Thân là cây Bồ-đề,
　　　　　　Tâm như đài gương sáng.
　　　　　　Thường siêng lau siêng rửa,
　　　　　　Chớ để bám bụi nhơ.

Huệ Năng xem bài kệ ấy biết là chưa đạt đạo, liền đọc một bài khác rằng:

Bồ-đề bản vô thọ,
Minh kính diệc phi đài.
Bản lai vô nhất vật,
Hà xứ nhạ trần ai?[1]

Về sau Ngũ Tổ Hoằng Nhẫn không truyền tâm ấn cho Thần Tú mà truyền cho Huệ Năng. Thần Tú lên phương Bắc lập một phái khác. Thiền tông bấy giờ chia làm Nam phái và Bắc phái. Từ Lục tổ Huệ Năng, chỉ truyền lại tâm pháp ấn, không còn truyền y bát như các đời trước nữa. Đệ tử ngài rất nhiều, làm cho Thiền tông hưng thịnh lắm. Mấy năm sau khi ngài nhập diệt, một trong các cao đồ là Thần Hội ở chùa Hà Trạch có mở đại hội nơi chùa Đại Vân ở Hoạt Đài, xiển dương pháp Đốn giáo của thầy là Huệ Năng mà bài xích Tiệm giáo của Bắc phái Thần Tú. Nhiều người xem Thần Hội như Tổ thứ bảy, nối pháp của Lục tổ, nhưng thật ra môn đồ đắc pháp của ngài rất nhiều, không riêng Thần Hội.

Các đệ tử của Lục tổ về sau lại khai sáng ra nhiều chi phái Thiền học khác nhau. Như Nam Nhạc Hoài Nhượng và Thanh Nguyên Hành Tư là hai phái lớn. Phái Nam Nhạc sau lại chia thêm ra thành hai tông

---

[1] Tạm dịch: Bồ-đề vốn chẳng phải cây,
　　　　　　Gương sáng cũng chẳng phải đài.
　　　　　　Xưa nay vốn không một vật,
　　　　　　Chỗ nào bám được bụi nhơ?

là Quy Ngưỡng và Lâm Tế. Còn phái Thanh Nguyên sau chia ra các tông Tào Động, Vân Môn và Pháp Nhãn.

Đến đời Tống, tông Lâm Tế lại chia ra hai tông mới là Dương Kỳ và Hoàng Long. Vì vậy, người ta thường gọi là Ngũ gia thất tông. Đến đời Nguyên Minh, Thiền tông suy yếu dần và nhập vào với Tịnh Độ Tông.

Thiền tông là một phép tu không dùng văn tự, không trói buộc vào kinh kệ. Người tu thiền không cho cầu nguyện là cần thiết. Lục tổ Huệ Năng nói: "Không nghĩ thiện, không nghĩ ác, chỉ xét nghĩ cái thực tướng của mình từ khi cha mẹ chưa sinh ra."[1] Cho nên người tu thiền ngồi yên lặng mà dẹp bỏ mọi vọng niệm, giữ tâm trí sáng suốt, an định. Cứ như vậy cho đến lúc định lực đã sâu vững thì trí tuệ tự nhiên bừng sáng, soi rõ mọi điều u mê mờ tối trong tâm thức, thấy rõ chân lý, tức là ngộ đạo. Khi đã ngộ đạo thì thực thể hiển hiện rõ ràng trước mắt, mà khi chưa ngộ đạo thì chẳng thể thấy hiểu, cũng chẳng thể dùng trí suy xét mà biết được.

Người tu đạo Thiền không nhắm đến việc tìm hiểu thực thể của vũ trụ hay những điều siêu nhiên khác, chỉ nỗ lực hết sức để tìm sự giải thoát cho tự thân mình. Cho nên nói rằng: "Một ngày tọa thiền là một ngày làm Phật. Một đời tọa thiền là một đời làm Phật."

---

[1] Bản lai diện mục.

Thưa các ngài!

Đạo Phật trước hết là đạo triết lý và luân lý. Triết lý của Phật giáo là triết lý cao minh, lấy nhân quả mà suy luận, tìm rõ nhân duyên của tạo hóa, phá tan sự mờ tối che lấp trí sáng tỏ, cắt đứt lưới mộng ảo trói buộc người vào sanh tử khổ não, đưa người đến chỗ tịch tính, yên vui.

Luân lý Phật giáo là luân lý chân chánh phổ biến khắp trong thiên hạ, lấy vô lượng từ bi mà yêu người, thương vật, tế độ chúng sanh, không phân biệt người với ta, không chia giai cấp sang hèn, nhìn khắp chúng sanh ai cũng chung một thân phận khổ đau vì nghiệp lực, nên Phật dạy phải đem lòng từ thiện mà xử kỷ tiếp vật. Đối với tự thân mình thì trừ bỏ hết những điều điên đảo, giả dối, gian tà bạo ngược, lúc nào cũng lấy sự chân thật, nhân hậu làm đầu; bất cứ việc gì cũng phải lấy lẽ công bằng mà xử trí, khiến cho hết thảy đều được yên vui ở chỗ chính đáng của mình. Nếu loài người biết theo luân lý ấy, thì làm gì có những cuộc chiến tranh tàn khốc, khiến cho đời người đã khổ lại còn khổ thêm?

Đạo Phật trở thành một tôn giáo, nhưng chỉ nhận làm theo những lời Phật dạy, chứ không hề nhận có một đấng chủ tể đứng đầu, làm chủ cả vũ trụ như nhiều tôn giáo khác. Cho dù có rất nhiều vị Phật và *Bồ-tát* được cung kính thờ phụng, nhưng đó chỉ là những tấm gương lành cho người Phật tử noi theo, chứ không phải là những đấng cao siêu giữ quyền chủ tể. Như vậy, người theo đạo Phật không chấp nhận sự mê tín, phải tự mình tìm hiểu cho rõ căn nguyên của mọi hiện tượng trong cuộc sống và nhận rõ chân lý để sống cuộc sống chân chánh, đúng đắn nhất.

Đạo Phật là đạo của chân lý cần phải học nhiều, suy nghĩ kỹ, trước sau dùng ba môn học chính là *giới, định, tuệ* mà trừ diệt ba món độc trong tâm là *tham, sân, si*. Người học theo đạo Phật lúc nào cũng phải có sự nỗ lực tự thân, tinh tấn dũng mãnh để tự đưa mình từ chỗ tối ra nơi chỗ sáng, từ chỗ mê đến chỗ tỉnh. Thật là một tôn giáo rất trang nghiêm và rất đặc biệt trong hết thảy các tôn giáo vậy.

Nam-mô A-di-đà Phật.

PHẬT GIÁO

I
CÁC TÔNG PHÁI TRONG ĐẠI THỪA VÀ TIỂU THỪA

Hiện nay xem kinh điển bằng chữ Nho thấy có ba tông thuộc Tiểu thừa và bảy tông thuộc Đại thừa, xin tóm tắt lại như sau:

CÁC TÔNG TIỂU THỪA

1. Câu-xá tông

Bồ-tát Thế Thân khi còn theo học bên Tiểu thừa, lấy ý nghĩa trong sách Mahavibhasa Castra mà làm sách Câu-xá luận, rồi theo sách ấy mà thành sau có Câu-xá tông.

Câu-xá tông chia vạn hữu ra làm Vô vi pháp và Hữu vi pháp. Vô vi pháp chỉ về cảnh giới thường trụ, không sanh diệt, tức là lý thể. Hữu vi pháp chỉ về vạn hữu trong hiện tượng giới, sinh diệt vô thường.

Theo thuyết của Hữu bộ bên Tiểu thừa thì pháp thể là hằng hữu trong ba đời: quá khứ, hiện tại, vị lai. Theo thuyết của Câu-xá tông thì chỉ có hiện tại là hữu thể, còn quá khứ, vị lai là vô thể.

Pháp thể gồm cả tâm và vật kết thành do sức của duyên và nghiệp, tức là nói pháp thể là kết quả của mê hoặc. Sức của hoặc và nghiệp tuần hoàn vô thủy vô chung, làm cho tâm thân cứ biến chuyển luân hồi mãi.

Câu-xá tông chia nhân ra làm sáu nhân, chia duyên ra làm bốn duyên, và chia quả ra làm năm quả.

Sáu nhân là: 1. *Năng tác nhân* là nhân phổ biến rất rộng, bao quát cả các nhân khác. 2. *Câu hữu nhân* là nhân của vạn vật đều phải nương tựa nhau, nhân quả đồng thời cùng có. 3. *Đồng loại nhân* là nhân chung cả hiện tượng trước và hiện tượng sau. 4. *Tương ứng nhân* là nhân khi tâm vương tác dụng thì có nhiều tâm sở đồng ứng. 5. *Biến hành nhân* là nhân cùng một loại với đồng loại nhân, nhưng đồng loại nhân thì phổ biến ở nơi vạn hữu, mà biến hành nhân thì chỉ ở trong phiền não, nơi tâm sở. 6. *Dị thục nhân* là nhân làm cho người ta phải chịu kết quả tốt xấu, lành dữ.

Bốn duyên là: 1. *Nhân duyên* là duyên làm cho nhân thành ra quả. 2. *Đẳng vô gián duyên* là duyên nói riêng về sự phát động của tâm. Tâm trước diệt thì làm cái duyên phát động của hiện tượng sau, không có gián cách ở khoảng nào cả. 3. *Sở duyên duyên* là nói khi tâm khởi lên thì dựa vào cảnh khách quan mà khởi. Cái khách quan ấy gọi là sở duyên, nghĩa là cái bởi đó mà thành duyên. 4. *Tăng thượng duyên* cũng như năng tác nhân nói trên, cũng gọi là *công duyên*.

Năm quả là: 1. *Thị dục quả*, là quả do thị dục nhân mà có. Do nghiệp lực quá khứ hoặc thiện hoặc ác thành ra. 2. *Đẳng lưu quả* là quả do *đồng loại nhân* hay do *biến hành nhân* mà có. Ấy là chỉ nhìn cái kết quả của hiện tượng nào cũng đồng đẳng, đồng loại với nguyên nhân của hiện tượng trước. 3. *Ly hệ quả* là quả không do sáu nhân, bốn duyên nói trên mà có, mà do trí chân thật vô lậu, thoát ly sự hệ phược của vô minh phiền não và chứng được cảnh *Niết-bàn*. 4. *Sĩ dụng quả* là quả do *câu hữu nhân* và *tương ứng nhân* nương dựa nhau mà thành, cũng như các thứ nghiệp dựa vào sự tác dụng của sĩ phu mà có. 5. *Tăng thượng quả* là quả kết thành bởi *năng tác nhân* và *tăng thượng duyên*.

Vạn vật do sáu nhân, bốn duyên hòa hợp mà sinh ra, nhưng xét đến cùng ngoài năm uẩn thì không có vật gì cả. Vậy nói rằng có cái "ngã" chi phối ta để chuyển biến qua đời sau là mê hoặc, là không tưởng. Cho nên không nên chấp có hữu vi vô thường, mà chỉ nên trông ở cõi *Niết-bàn* thường trụ.

Nhân sinh là khổ não, là ô trược, là mê hoặc, cho nên cần phải giải thoát. Phương thức giải thoát gồm có *giới, định, tuệ*. *Giới* là giới luật, ngăn không cho làm những điều tà vạy, bất chánh. Định là thiền định, là định tâm, để giữ tâm trí gom về một mối. Tuệ là trí tuệ, phân biệt thật tướng của sự vật, hiểu rõ lý nhân quả, Tứ diệu đế. Dùng ba môn học ấy mà đi tới giải thoát, tức là vào *Niết-bàn*.

2. Thành thật tông

Tông này đồng thời phát hiện với *Câu-xá* tông, do *Ha-lê Bạt-ma* lập ra, lấy thuyết của Không bộ bên Tiểu thừa làm gốc.

Thành thật tông chia thế giới quan ra làm hai môn: Thế gian môn và Đệ nhất nghĩa môn.

Thế gian môn có hai phương diện. Một phương diện là xét theo các pháp sinh diệt vô thường thì không có cái thật ngã. Nhưng xét theo phương diện khác thì cái thân ta hành động và cái tâm ta biết phân biệt, biết liên lạc những tư tưởng suy nghĩ trước sau, mà lại bảo là không có ngã thì thật là trái với chỗ hiểu biết thông thường.

Song lấy cái ngã tạm bợ kia mà phân tích cho đến chỗ vi tế, bỏ cả năm uẩn ra thì không thể nhận được một vật gì cả.

Đệ nhất nghĩa môn lấy lẽ rằng trước cho thế gian môn lấy chỗ biết thường thường làm chuẩn đích mà đặt ra bản ngã là tạm có, rồi do cái kết quả sự phân tích mà biết rằng pháp thực có kia cũng chẳng qua là do vọng tưởng của ta phân biệt là tạm có mà thôi.

Cái thật có đã không nhận, thì ngoài cái trí hư vọng phân biệt của ta ra, không có vật gì cả. Vọng, biết là mê, không phải là thật, cho nên hết thảy đều là không cả. Chân ngã không có, thật pháp cũng không có. Người và pháp cả hai đều không. Thành thật tông do đó chủ trương việc cấm dục để cầu tịch diệt.

3. Luật tông

Tông này chủ trương lấy Luật tạng mà tu đạo, cốt răn điều ác, khuyên điều thiện. Cho rằng nhờ có giới luật mới có thiền định, có thiền định thì trí tuệ mới phát khởi. Có trí tuệ mới tu được đến chỗ giải thoát.

Về phương diện đạo lý thì Luật tông dựa vào *Câu-xá* tông và Thành thật tông để làm căn bản.

CÁC TÔNG ĐẠI THỪA

1. Pháp tướng tông

Tông này phát khởi từ ba vị Vô Trước, Thế Thân và Hộ Pháp, lấy Thành duy thức luận làm gốc, cho rằng vạn pháp đều do thức biến ra.

Thức có tám loại là: nhãn thức, nhĩ thức, vị thức (hay tỉ thức), thiệt thức, thân thức, ý thức, *mạt-na* thức và *a-lại-da* thức. Trong tám thức ấy, *a-lại-da* thức là căn bản.

A-lại-da thức còn gọi là Tạng thức, bao tàng hết các chủng tử, rồi do những chủng tử ấy mà phát sinh ra vạn tượng. Vạn tượng tan thì các chủng tử lại mang nghiệp trở về *a-lại-da* thức. Chủng tử lại vì nhân duyên mà sinh hóa mãi. Vậy nhân duyên là nhân duyên của các chủng tử. *A-lại-da* thức thì chứa hết thảy các chủng tử để sinh khởi nhất thiết chư pháp.

Như thế là vạn pháp do thức mà biến hiện ra, cho nên nói rằng: *"Tam giới duy tâm, vạn pháp duy thức."*

Ngài Huyền Trang đời Đường sang Ấn Độ theo học với ngài Giới Hiền, rồi đem Pháp tướng tông về truyền ở Trung Hoa.

2. Tam luận tông

Tông này lấy Trung luận và Thập nhị môn luận của *Bồ-tát* Long Thụ và bộ Bách luận của *Đề-bà* làm căn bản, nên mới gọi là Tam luận.

Tam luận tông cho rằng hết thảy vạn hữu trong hiện tượng giới đều sanh diệt vô thường. Đã sanh diệt vô thường là không có tự tính, chỉ bởi nhân duyên làm mê hoặc mà biến hóa ra vạn hữu.

Kẻ phàm tục vì vọng kiến cho nên mới chấp lấy cái có tạm bợ ấy. Bậc chân trí thì không nhận cái tạm có mà thấy rằng hết thảy đều là không.

Các pháp tuy là hiện hữu nhưng không phải là thường có. Có mà không phải là thường có tức là chỉ tạm có. Tạm có nên tuy là có mà không phải là có. Có mà không phải là thật có thì cũng chẳng khác gì không. Vậy nên các pháp tuy là đều có, nhưng thật tướng là không.

Lý thể của chân như tuy là không tịch, bất sanh bất diệt, nhưng bởi nó sanh ra các pháp, cho nên nó là nguồn gốc của cái tạm có. Đã là nguồn gốc, thì lý thể của chân như là không. Như thế, chân như là không mà không phải thật là không, cho nên đối với có không khác gì. Vì thế chân như tuy là không tịch mà rõ ràng là có.

Có và không, không và có, thật chẳng khác nhau. Có là có do nơi không; không là không do nơi có. Có và không hai bên toàn nhiên hòa hợp với nhau. Thấy rõ chỗ ấy là Trung đạo, là không vướng mắc vào cả có lẫn không.

Vì sự nhận thức của ta sai lầm, mà thành ra có không và có. Vượt lên trên sự nhận thức thì mới đạt được cái thực tại bất khả tư nghị. Sự nhận thức của ta chỉ nhận thức được trong phạm vi hiện tượng mà thôi, không thể nhận thức được thực tại. Muốn đạt tới thực tại thì phải nhờ đến trực giác mới được.

Tam luận tông lấy kinh *Bát-nhã* làm gốc, cho nên còn gọi là *Bát-nhã* tông, khi đối với Pháp tướng tông thì gọi là Tánh tông hay là Không tông.

3. Thiên thai tông

Tông này khởi phát ở Trung Hoa, do thiền sư Tuệ Văn đời Tần, Tùy[1] lập ra, dựa theo ý nghĩa sách Trí Độ luận[2] và kinh Pháp Hoa làm gốc. Cho nên còn gọi là Pháp Hoa tông.

Thiên thai tông chủ trương thuyết "*chư pháp duy nhất tâm*". Tâm ấy tức là chúng sanh, tâm ấy tức là *Bồ-tát* và Phật. Sanh tử cũng ở nơi tâm ấy, *Niết-bàn* cũng ở nơi tâm ấy.

Thiền sư Tuệ Văn chủ lấy Trung đạo mà luận cái tâm và lập ra thuyết "*nhất tâm tam quán*". *Tam quán* là Không quán, Giả quán và Trung quán.

---
[1] Vào khoảng thế kỷ thứ 6
[2] Tức là Bát-nhã ba-la-mật-đa luận

Trong Không quán có Giả quán và Trung quán, không phải tuyệt nhiên là không. Trong Giả quán có Không quán và Trung quán, không phải tuyệt nhiên là giả. Trung quán là dung nạp cả không và giả.

Chân như với tâm và vật quan hệ với nhau như nước với sóng. Ngoài nước không có sóng, ngoài chân như không có tâm, ngoài tâm không có vật.

Thiên thai tông lấy hiện tại mà tìm chỗ lý tưởng. Thiện ác chân vọng đối với tông này chỉ là một sự hoạt động của thực tại. Vì thế cho nên không cưỡng cầu giải thoát ra ngoài hiện tại giới sanh diệt vô thường. Trong hiện tượng giới gồm cả hai tính thiện và ác. Thiện hay ác cũng chỉ do một tâm tác dụng mà thôi. Hai cái, không có cái nào độc tồn. Cho nên Phật không làm lành mà cũng không làm dữ.

Sự giải thoát phải tìm ở nơi thấu suốt chân lý, thoát ly chấp trước. Chỗ cuối cùng đạt đến là phải triệt ngộ thực tướng của các pháp.

4. Hoa nghiêm tông

Tông này cũng như Thiên thai tông, phát khởi ở Trung Hoa, căn cứ ở kinh Hoa Nghiêm, do hòa thượng Đỗ Thuận và Trí Nghiễm đời Tùy Đường lập ra.

Tông này cho rằng các pháp có sáu tướng: tổng, biệt, đồng, dị, thành, hoại. Gọi chung là *"tam đối lục tướng"*. Vạn vật đều có sáu tướng ấy.

Khi sáu tướng ấy phát ra thì phân làm *Hiện*

tượng giới và *Thực tại giới*, và khi sáu tướng ấy tương hợp nhau thì hiện tượng tức là thực tại, thực tại tức là hiện tượng.

Vạn hữu có *"tam đối lục tướng"* là do *Thập huyền diệu lý* duyên khởi. *Thập huyền diệu lý* và *Lục tướng viên dung* sinh ra cái lý *"sự sự vô ngại"*.

Sự sự vô ngại luận là chỗ đặc sắc nhất trong giáo lý của Hoa nghiêm tông.

Theo tông ấy thì phân biệt chân vọng, trừ khử điên đảo khiến cho tâm thanh tịnh, để cùng thực tại hợp nhất, thế là giải thoát.

5. Chân ngôn tông

Tông này căn cứ ở kinh Đại Nhật, lấy bí mật chân ngôn làm tông chỉ, cho nên gọi là Chân ngôn tông, hay là Mật tông.

Đại Nhật Như Lai truyền cho *Kim-cang-tát-đỏa*. *Kim-cương-tát-đỏa* truyền cho Long Thọ, Long Thọ truyền cho Long Trí, Long Trí truyền cho Kim Cương Trí, Kim Cương Trí cùng với Bất Không vào khoảng đời Đường đem tông này truyền sang Trung Hoa.

Chân ngôn tông chủ trương các thuyết Lục đại là *địa, thủy, hỏa, phong, không, thức*, cho sáu đại này là thực thể của vũ trụ.

Lục đại xét về phương diện vũ trụ thì gọi là *thể đại*, hiện ra hình hài gọi là *tướng đại*, hiện ra ngôn ngữ, động tác gọi là *dụng đại*. Vạn hữu trong vũ trụ không có gì ra ngoài *thể đại, tướng đại, dụng đại*.

Gọi là chân như là lấy lý tính do sáu đại mà trừu tượng ra. Ngoài sáu đại ra, không thấy đâu là chân như.

Sự giải thoát của Chân ngôn tông là ở nơi "*tự thân thành Phật*", cho nên bỏ hết chấp trược, theo cái hoạt động của Đại ngã. Phương thức giải thoát của tông này là ba mật, tức là thân, miệng và ý.

6. Thiền tông

Thiền tông không bàn luận về vũ trụ, chỉ chủ ở sự cầu được giải thoát mà thôi.

Cứu cánh của Thiền tông không trói buộc nơi văn tự, nên chỉ lấy tâm truyền tâm mà thôi. Thực tướng của vũ trụ thuộc về phạm vi trực giác. Nếu lấy văn tự mà giải thích thì tất là sa vào *hiện tượng giới*, không thể đạt tới *thật tướng* được. Nếu không tọa thiền dùng trực giác thì không thể biết được thật tướng.

7. Tịnh độ tông

Tịnh độ tông lấy sự quy y Tịnh độ làm mục đích, và tụng những kinh Vô Lượng Thọ, Quán Vô Lượng Thọ và *A-di-đà*.

Tịnh độ tông khởi phát từ đời nào không rõ, chỉ thấy trong các kinh điển nói các vị *Bồ-tát* Mã Minh,

Long Thụ và Thế Thân đều khuyên người ta nên tu Tịnh độ.

Tịnh độ tông cho rằng mỗi người ai cũng có Phật tánh, đều có thể thành Phật được. Vì ở thế gian là dơ bẩn, cho nên cầu đến cõi trong sạch là cõi Tây phương Cực lạc.

PHẬT GIÁO

II

BÁT-NHÃ BA-LA-MẬT-ĐA TÂM KINH

Kinh này có cả thảy đến 7 bản dịch từ chữ Phạn sang chữ Hán, nhưng chỉ có bản dịch của ngài Huyền Trang là thông dụng nhất. Dưới đây là toàn văn kinh:

Bản chữ Phạn:

प्रज्ञापारमिताहृदयसूत्रम् ।
[संक्षिप्तमातृका]

आर्यावलोकितेश्वरबोधिसत्त्वो गम्भीरायां प्रज्ञापारमितायां चर्यां चरमाणो व्यवलोक-
यति स्म । पञ्च स्कन्धाः, तांश्च स्वभावशून्यान् पश्यति स्म ॥

इह शारिपुत्र रूपं शून्यता, शून्यतैव रूपम् । रूपान्न पृथक् शून्यता, शून्यताया
न पृथग् रूपम् । यद्रूपं सा शून्यता, या शून्यता तद्रूपम् ॥

एवमेव वेदयासंज्ञासंस्कारविज्ञानानि ॥

इह शारिपुत्र सर्वधर्माः शून्यतालक्षणा अनुत्पन्ना अनिरुद्धा अमला न विमला
नोना न परिपूर्णाः । तस्माच्छारिपुत्र शून्यतायां न रूपम्, न वेदना, न संज्ञा, न संस्काराः,
न विज्ञानानि । न चक्षुःश्रोत्रघ्राणजिह्वाकायमनांसि, न रूपशब्दगन्धरसस्प्रष्टव्यधर्माः । न
चक्षुर्धातुर्यावन्न मनोधातुः ॥

न विद्या नाविद्या न विद्याक्षयो नाविद्याक्षयो यावन्न जरामरणं न जरामरणक्षयो
न दुःखसमुदयनिरोधमार्गा न ज्ञानं न प्राप्तित्वम् ॥

बोधिसत्त्वस्य(श्र?) प्रज्ञापारमितामाश्रित्य विहरति चित्तावरणः । चित्तावरण-
नास्तित्वादत्रस्तो विपर्यासातिक्रान्तो निष्ठनिर्वाणः । त्र्यध्वव्यवस्थिताः सर्वबुद्धाः प्रज्ञापार-
मितामाश्रित्य अनुत्तरां सम्यक्सम्बोधिमभिसंबुद्धाः ॥

तस्माज्ज्ञातव्यः प्रज्ञापारमितामहामन्त्रो महाविद्यामन्त्रोऽनुत्तरमन्त्रोऽसमसममन्त्रः सर्व-
दुःखप्रशमनः सत्यममिथ्यत्वाद् प्रज्ञापारमितायामुक्तो मन्त्रः । तद्यथा—गते गते पारगते
पारसंगते बोधि स्वाहा ॥

Bản dịch chữ Hán:

般若波羅蜜多心經

觀自在菩薩。行深般若波羅蜜多時。照見五蘊皆空。度一切苦厄。

舍利子。色不異空。空不異色。色即是空。空即是色。受想行識亦復如是。

舍利子。是諸法空相。不生不滅。不垢不淨不增不減。是故空中。無色。無受想行識。無眼耳鼻舌身意。無色聲香味觸法。無眼界。乃至無意識界。無無明。亦無無明盡。乃至無老死。亦無老死盡。無苦集滅道。無智亦無得。

以無所得故。菩提薩埵。依般若波羅蜜多故。心無罣礙。無罣礙故。無有恐怖。遠離顛倒夢想。究竟涅槃。三世諸佛。依般若波羅蜜多故。得阿耨多羅三藐三菩提。

故知般若波羅蜜多。是大神咒。是大明咒。是無上咒。是無等等咒。能除一切苦。真實不虛。

故說般若波羅蜜多咒即說咒曰。

揭帝，揭帝，般羅揭帝，般羅僧揭帝，菩提僧莎訶。

PHẬT GIÁO

Dịch âm:

Quán Tự Tại Bồ-tát hành thâm Bát-nhã Ba-la-mật-đa thời, chiếu kiến ngũ uẩn giai không độ nhất thiết khổ ách.

Xá-lợi tử! Sắc bất dị không, không bất dị sắc; sắc tức thị không, không tức thị sắc. Thụ, tưởng, hành, thức diệc phục như thị.

Xá-lợi tử! Thị chư pháp không tướng bất sanh, bất diệt, bất cấu, bất tịnh, bất tăng, bất giảm. Thị cố không trung vô sắc vô thọ, tưởng, hành, thức; vô nhãn, nhĩ, tỉ, thiệt, thân, ý; vô sắc, thanh, hương, vị, xúc, pháp; vô nhãn giới nãi chí vô ý thức giới; vô vô minh, diệc vô vô minh tận; nãi chí vô lão tử, diệc vô lão tử tận; vô khổ, tập, diệt, đạo; vô trí diệc vô đắc.

Dĩ vô sở đắc cố, Bồ-đề-tát-đỏa y Bát-nhã Ba-la-mật-đa cố, tâm vô quái ngại; vô quái ngại cố, vô hữu khủng bố; viễn ly điên đảo mộng tưởng, cứu cánh Niết-bàn. Tam thế chư Phật y Bát-nhã Ba-la-mật-đa cố đắc A-nậu-đa-la Tam-miệu Tam-Bồ-đề.

Cố tri Bát-nhã Ba-la-mật-đa thị đại thần chú, thị đại minh chú, thị vô thượng đẳng đẳng chú, năng trừ nhất thiết khổ, chân thật bất hư. Cố thuyết Bát-nhã Ba-la-mật-đa chú, tức thuyết chú viết:

Yết-đế, yết-đế, ba-la-yết-đế, ba-la-tăng-yết-đế, Bồ-đề tát-bà-ha.[1]

---

[1] Câu chú này trong tiếng Phạn là: Gate, gate, paragate, parasamgate. Bodhi svaha!, dịch là: Đi, đi, đi vào chỗ ngoài sanh diệt. Bodhi svaha!

Dịch nghĩa:

Bồ-tát Quán Tự Tại khi thực hành phép *Bát-nhã Ba-la-mật-đa* thấy rõ năm uẩn đều là không, vượt qua hết thảy khổ ách.

Này Xá-lợi tử! Sắc chẳng khác không, không chẳng khác sắc; sắc là không, không là sắc. Thụ, tưởng, hành, thức cũng là thế cả.

Này Xá-lợi tử! Đó là tướng không của các pháp, chẳng sanh chẳng diệt, không dơ không sạch, không thêm không bớt. Bởi vậy, trong chỗ không không có sắc, thụ, tưởng, hành, thức; không có mắt, tai, mũi, lưỡi, thân, ý; không có hình sắc, âm thanh, hương thơm, mùi vị, xúc cảm, các pháp; không có nhãn giới cho đến ý thức giới; không có vô minh, cũng chẳng có sự diệt mất của vô minh; không có sự già chết, cũng không có sự chấm dứt của già chết; không có Khổ, Tập, Diệt, Đạo; không có trí tuệ cũng không có chỗ sở đắc.

Do không có chỗ sở đắc, *Bồ-tát* y theo pháp *Bát-nhã Ba-la-mật-đa* nên trong tâm không có chỗ ngăn ngại. Do không có chỗ ngăn ngại nên không sợ hãi, xa lìa hết thảy những mộng tưởng điên đảo, đạt đến cứu cánh là *Niết-bàn*. Ba đời chư Phật cũng y theo pháp *Bát-nhã Ba-la-mật-đa* mà đạt được quả Vô thượng Chánh đẳng Chánh giác.

Cho nên phải biết rằng, pháp *Bát-nhã Ba-la-mật-đa* là đại thần chú, là đại minh chú, là thần chú cao trổi hơn hết, có thể trừ được hết thảy khổ ách, chân thật không hư vọng. Cho nên thuyết chú *Bát-nhã Ba-la-mật-đa* rằng:

Yết-đế, yết-đế, ba-la-yết-đế, ba-la-tăng-yết-đế, Bồ-đề tát-bà-ha.

PHẬT GIÁO

MỤC LỤC

Lời mở đầu 5
Phật giáo đối với cuộc nhân sinh 9
Thuyết thập nhị nhân duyên của Phật giáo 41
Phật giáo Tiểu thừa và Đại thừa 73

CÁC TÔNG PHÁI TRONG PHẬT GIÁO

CÁC TÔNG TIỂU THỪA 111
CÁC TÔNG ĐẠI THỪA 115

BÁT-NHÃ BA-LA-MẬT-ĐA TÂM KINH 122

Lời thưa

Trong kinh Pháp Cú, đức Phật dạy rằng: "Pháp thí thắng mọi thí." Thực hành Pháp thí là chia sẻ, truyền rộng lời Phật dạy đến với mọi người. Mỗi người Phật tử đều có thể tùy theo khả năng để thực hành Pháp thí bằng những cách thức như sau:

1. Cố gắng học hiểu và thực hành những lời Phật dạy. Tự mình học hiểu càng sâu rộng thì việc chia sẻ, bố thí Pháp càng có hiệu quả lớn lao hơn. Nên nhớ rằng **việc đọc sách còn quan trọng hơn cả việc mua sách**.

2. Phải trân quý kinh điển, sách vở in ấn lời Phật dạy. Khi có điều kiện thì mua, thỉnh về nhà để tự mình và người trong gia đình đều có điều kiện học hỏi làm theo. Không nên giữ làm của riêng mà phải sẵn lòng chia sẻ, truyền rộng, khuyến khích nhiều người khác cùng đọc và học theo. Không nên để kinh sách nằm yên đóng bụi trên kệ sách, vì **kinh sách không có người đọc thì không thể mang lại lợi ích**.

3. Tùy theo khả năng mà đóng góp tài vật, công sức để hỗ trợ cho những người làm công việc biên soạn, dịch thuật, in ấn, lưu hành kinh sách, **để ngày càng có thêm nhiều kinh sách quý được in ấn, lưu hành**.

Thông thường, việc chi tiêu một số tiền nhỏ không thể mang lại lợi ích lớn, nhưng nếu sử dụng vào việc giúp lưu hành kinh sách thì lợi ích sẽ lớn lao không thể suy lường. Đó là vì đã giúp cho nhiều người có thể hiểu và làm theo lời Phật dạy. Mong sao quý Phật tử khắp nơi đều lưu tâm đóng góp sức mình vào những việc như trên.

TINH YẾU THỰC HÀNH PHÁP THÍ

- Mua thỉnh kinh sách về đọc, tự mình sẽ được rất nhiều lợi ích.

- Chia sẻ, truyền rộng bằng cách cho mượn, biếu tặng kinh sách đến nhiều người thì lợi ích ấy càng tăng thêm gấp nhiều lần.

- Đóng góp công sức, tài vật để hỗ trợ công việc biên soạn, dịch thuật, giảng giải, in ấn, lưu hành kinh sách thì công đức lớn lao không thể suy lường, vì có vô số người sẽ được lợi ích từ việc lưu hành kinh sách.